रोल्ड डाल हेर, लढाऊ विमानाचे निष्णात पायलट, चॉकलेटचे इतिहासकार आणि वैद्यकीय शोधक होते. त्यांनी चार्ली अँण्ड द चॉकलेट फॅक्टरी, मटिल्डा, द बीएफजी आणि अशा अनेक उत्तमोत्तम कथासुद्धा लिहिल्या आहेत.

क्वेंटीन ब्लेक यांनी तीनशेहून अधिक पुस्तकांसाठी चित्रं काढली आहेत आणि ते रोल्ड डाल यांचे आवडते चित्रकार होते. १९८० साली त्यांना मानाचं 'केट ग्रीनवे' पदक मिळालं. १९९९ साली ते जगातले पहिले मुलांचे लॉरिएट बनले आणि २०१३ साली त्यांना चित्रकलेतल्या योगदानाबद्दल 'नाइटहूड' बहाल करण्यात आलं.

या गोष्टीत आहेत...

मटिल्डा

मायकल

मिस्टर ॲण्ड
मिसेस वर्मवुड

मिस हनी

ब्रूस बॉगट्रॉटर

ॲमांडा थ्रिप

मिस ट्रन्चबुल

रोल्ड डाल

मटिल्डा

अनुवाद : रमा हर्डीकर-सखदेव
चित्रं : क्वेंटीन ब्लेक

MANJUL

मंजुल पब्लिशिंग हाउस

First published in India by

MANJUL

Manjul Publishing House

Corporate and Editorial Office

· 2nd Floor, Usha Preet Complex, 42 Malviya Nagar,
Bhopal 462 003 – India

Sales and Marketing Office

·C-16, Sector 3, Noida, Uttar Pradesh 201301, India
Website: www.manjulindia.com

Distribution Centres

Ahmedabad, Bengaluru, Bhopal, Kolkata, Chennai,
Hyderabad, Mumbai, New Delhi, Pune

Marathi translation of *Matilda* by Roald Dahl

ROALD
DAHL

This edition first published in 2024

ISBN: 978-93-5543-745-7

Marathi translation: Rama Hardeekar-Sakhadeo

Printed and bound in India by Thomson Press India Ltd.

मायकल आणि ल्युसीसाठी...

मटिल्डा पुस्तकाविषयी

रोल्ड डाल यांनी लिहिलेली आणि क्वेंटिन ब्लेक यांची चित्रं असलेली मटिल्डा ही कादंबरी मुलांमध्ये अत्यंत लोकप्रिय आहे. १९८८ साली जोनॅथन केप यांनी ही प्रकाशित केली. या कादंबरीतली मुख्य पात्र मटिल्डा वर्मवुड ही अतिशय प्रतिभावान मुलगी असते, जिचे आई-वडील अतिशय भौतिकवादी असतात. त्यांना मटिल्डाच्या असामान्य बुद्धिमत्तेविषयी किंवा तिच्या लिहा-वाचायच्या आवडीविषयी जराही फिकीर नसते. ते तिला गावातल्या शाळेत पाठवतात, जिथली मुख्याध्यापिका मिस ट्रन्चबुल अतिशय दुष्ट आणि क्रूर बाई असते. मात्र शाळेतली शिक्षिका मिस हनी अत्यंत प्रेमळ आणि सौम्य असते. या कादंबरीत मटिल्डाची अनेक साहसं वाचायला मिळतील. या पुस्तकाचे अनेक भाषांमध्ये अनुवाद झाले असून, रूपांतरणंही झाली आहेत. केट विन्स्लेट हिच्या आवाजातलं एक ऑडिओ बुक, १९९६ साली आलेला डॅनी डेविटोचा चित्रपट, बीबीसी रेडिओवरचा दोन भागांचा कार्यक्रम आणि संगीत रूपांतरण झालेलं आहे. हे संगीत रूपांतरण ब्रॉडवे, वेस्ट एंड तसंच जगभरात अनेक ठिकाणी दाखवण्यात आलं आहे. याशिवाय २०२२ सालीही या पुस्तकावर एक चित्रपट निघाला जो नेटफ्लिक्सवर उपलब्ध आहे.

या गोष्टीतली काही पात्रं आणि घटना रोल्ड डाल यांच्या स्वतःच्या अनुभवांवर आधारित आहेत. ते जेव्हा कार्डिफला एका बोर्डिंग स्कूलमध्ये शिकत होते, तेव्हा जवळच्या मिठाईच्या दुकानाची मालकिण मिसेस प्रॅचेट ही अत्यंत क्रूर आणि खडूस बाई होती. एकदा डाल आणि त्यांच्या मित्रांनी त्या दुकानातल्या एका बरणीत मेलेला उंदीर टाकला होता. यानंतर त्यांना मुख्याध्यापिकेकडून भरपूर मार खावा लागला. असं म्हणतात की, मिस ट्रन्चबुल या मुख्याध्यापिकेचं पात्र मिसेस प्रॅचेटवरून घेतलेलं आहे आणि वरील घटनेवरून प्रेरणा घेऊन मटिल्डाच्या कथेत एक मुलगी मिस ट्रन्चबुलच्या पाण्याच्या जगमध्ये पाल टाकते.

बकिंगहॅमशायर या डालच्या गावातल्या एका माणसावरून मिस्टर वर्मवुडचं पात्र बेतलं आहे. ग्रेट मिसेंडेन इथल्या वाचनालयावरून मिसेस फेल्प्सच्या वाचनालयाची कल्पना घेतली आहे. तिथेच मटिल्डा अनेक मोठ्या लेखकांची पुस्तकं वाचते. डाल यांची मुलगी ल्यूसी डाल हिच्या म्हणण्यानुसार मटिल्डाचं पुस्तकप्रेम हे खुद्द डाल यांच्या स्वतःच्या पुस्तकप्रेमावरून घेतलेलं आहे. ल्यूसी डाल सांगते, ‘‘मला वाटतं त्यांच्या मनात खोल कुठेतरी अशी भीती होती की, पुस्तकं दूर जात आहेत आणि त्यांना याविषयी लिहायचं होतं.’’

अनुक्रमणिका

१

पुस्तकं वाचणारी मुलगी

आईवडील काही बाबतींत गमतीशीरच असतात. त्यांचं मूल जगातल्या सगळ्यात शिसारी आणणाऱ्या फोडाइतकं किळसवाणं असलं तरी त्यांना वाटत असतं की ते फारच छान आहे.

काही पालक तर याहीपेक्षा अति असतात. ते आपल्या मुलाच्या प्रेमात इतके आंधळे होतात, की आपलं मूल असामान्य प्रतिभेचं आहे असं ते स्वतःलाच पटवून देतात.

हां, आता यात चुकीचं काहीच नाही. जगात असंच चालतं. पण जेव्हा हे पालक आपल्याला त्यांच्या किळसवाण्या मुलाच्या हुशारीबद्दल सांगायला लागतात, तेव्हा मात्र आपण ओरडायला लागतो, ''कोणीतरी बेसिन आणून द्या! आम्हाला उलटी होणारे!''

मुलाविषयी अतिशय अभिमान वाटणाऱ्या पालकांची अशी भंकस बडबड शाळेतल्या शिक्षकांना खूपच सहन करावी लागते. पण जेव्हा सत्राच्या शेवटी प्रगतिपुस्तक लिहायचं असतं तेव्हा ते शिक्षक बरोबर सूड उगवतात. मी जर शिक्षक असतो, तर अशा अति लाड करणाऱ्या पालकांच्या मुलांना चांगले सणसणीत शाब्दिक दणके लगावले असते. मी लिहिलं असतं, ''तुमचा मुलगा मॅक्सिमिलिअन याचं पुढे काहीही होऊ शकत नाही. तुमच्या कुटुंबाचा स्वतःचा एखादा व्यवसाय असेल अशी आशा करतो. म्हणजे त्याची शाळा संपल्यानंतर त्याला तिथेच ढकलता येईल, कारण दुसरीकडे कुठेही त्याला नोकरी मिळू शकत नाही ही काळ्या दगडावरची रेघ आहे.'' किंवा मला त्या दिवशी जरा लालित्यपूर्ण वगैरे लिहायची हुक्की आली, तर मी कदाचित म्हणेन, ''एक गमतीशीर गोष्ट म्हणजे, नाकतोड्यांचे श्रवण-अवयव त्यांच्या पोटाच्या दोन बाजूंना असतात. तुमची मुलगी व्हेनेसा या सत्रात जे काही शिकली आहे, ते पाहता तिला तर ऐकण्यासाठी अवयवच नाहीत असंच म्हणावं लागेल.'' कदाचित मी जीवसृष्टीच्या विषयात

आणखी खोलात शिरून असंही म्हणेन, ''अळी अवस्थेतला रातकिडा त्याच्या आयुष्याची सहा वर्षं जमिनीखालीच राहतो, आणि फक्त सहा दिवस तो सूर्यप्रकाश आणि मोकळ्या हवेतलं मुक्त जीवन जगतो. तुमच्या मुलाने – विल्फ्रेडने – या शाळेत सहा वर्षं अशा अळीरूपी किड्यासारखी काढली आहेत आणि अजूनही आम्ही तो कोशातून बाहेर यायची वाट बघतो आहोत.'' सारखी 'चावणारी' एखादी जरा जास्तच व्रात्य मुलगी असेल, तर मी लिहीन, ''एखाद्या हिमनगासारखं थंड असं फिओनाचं सौंदर्य आहे. पण हिमनगाप्रमाणे तिच्या पृष्ठभागाखाली अक्षरशः काहीही नाहीये.'' माझ्या वर्गातल्या अशा डोकेदुखी ठरणाऱ्या मुलांची प्रगतिपुस्तकं लिहायला मला मजा येईल असं वाटतं. पण आता ते बास. आपल्याला पुढे जायला हवं.

कधीतरी अशा पालकांच्या अगदी उलट वागणारे लोक भेटतात, ज्यांना त्यांच्या मुलांमध्ये काडीचाही रस नसतो आणि हे पालक अति प्रेम करणाऱ्या पालकांपेक्षा नक्कीच जास्त भयंकर असतात. मिस्टर आणि मिसेस वर्मवुड हे असेच पालक होते. त्यांना मायकल नावाचा मुलगा आणि मटिल्डा नावाची मुलगी होती. आपल्या अंगावरच्या एखाद्या खपलीकडे आपण जसं पाहू तसं ते मटिल्डाकडे बघायचे. खपली कशी आपल्याला थोडेच दिवस सहन करावी लागते, मग एक दिवस आपण ती काढून फेकून देऊ शकतो. आपल्या लहानग्या मुलीलाही असं उचलून दूर कुठेतरी, म्हणजे शेजारच्या तालुक्यात किंवा आणखीही दूर कधी फेकता येईल याचीच मिस्टर आणि मिसेस वर्मवुड आतुरतेने वाट बघत होते.

आईबापांनी आपल्या सामान्य मुलाकडे, शरीरावरच्या खपलीकडे किंवा अंगठ्याला आलेल्या सुजेकडे पाहावं तसं बघणं, हे वाईटच असतं. पण जेव्हा ते मूल असामान्य म्हणजेच खूप हुशार आणि संवेदनशील असतं, तेव्हा असं करणं आणखीनच भयंकर. मटिल्डा अशीच हुशार आणि संवेदनशील होती. तिचं डोकं वाऱ्याच्या वेगाने चालायचं आणि ती इतकी भराभर नवीन गोष्टी शिकायची की तिच्या या क्षमता अगदी मठ्ठ आईबापाच्याही लक्षात येण्याजोग्या होत्या. पण मिस्टर आणि मिसेस वर्मवुड इतके मंदबुद्धी होते आणि ते आपल्या खुळचट आयुष्यात इतके बुडालेले होते, की आपली मुलगी काहीतरी वेगळी आहे हे त्यांच्या लक्षातही आलेलं नव्हतं. खरं सांगायचं तर, जर तिचा पाय मोडला असता आणि त्या मोडक्या पायाने ती कशीबशी रांगत घरी गेली असती तर त्यांना तेही कळलं नसतं.

मटिल्डाचा भाऊ मायकल सर्वसामान्य मुलांसारखाच होता. पण मी म्हणालो त्याप्रमाणे त्याच्या बहिणीला पाहून तुमचे डोळे आश्चर्याने बाहेरच आले असते. फक्त दीड वर्षांची असताना ती खाडखाड बोलायला लागली होती आणि मोठ्या माणसांइतकी तिची शब्दसंपत्ती झाली होती. तिचं कौतुक करायच्या ऐवजी तिचे आईबाबा वैतागून तिला 'बडबडी' म्हणायचे आणि स्पष्टपणे सांगायचे की लहान मुलींनी तोंड बंद ठेवणंच चांगलं असतं.

मटिल्डा तीन वर्षांची झाली, तेव्हा ती घरात पडलेल्या वर्तमानपत्रांच्या आणि मासिकांच्या मदतीने स्वतःची स्वतः वाचायला शिकली होती.

चार वर्षांची होईपर्यंत ती व्यवस्थित आणि वेगाने वाचू लागली आणि मग अर्थातच तिला पुस्तकं वाचायची ओढ लागली. त्यांच्या त्या 'ज्ञानी' घरामध्ये फक्त एकच पुस्तक होतं, ते म्हणजे तिच्या आईकडे असलेलं 'सोप्या पाककृती' हे पुस्तक. मटिल्डाने ते पहिल्या पानापासून शेवटपर्यंत वाचून काढलं आणि तिला त्यातल्या सगळ्या पाककृती तोंडपाठ झाल्या, तेव्हा यापेक्षा जास्त चांगलं काहीतरी वाचायला हवं असं तिला वाटू लागलं.

'बाबा,' ती म्हणाली, ''तू मला एखादं पुस्तक आणून देशील का?''

'पुस्तक?' तो म्हणाला, ''तुला मेलं पुस्तक कशाला हवंय?''

''वाचायला, बाबा.''

''डोकंबिकं फिरलंय का तुझं? टीव्ही काय वाईट आहे? आपल्याकडे मस्त बारा इंची टीव्ही आहे आणि तू माझ्याकडे येऊन पुस्तक मागतीयेस! फारच लाडावली आहेस तू!''

आठवड्यातले जवळपास सगळेच दिवस मटिल्डा दुपारी घरी एकटीच असायची. पाच वर्षांनी मोठा असलेला तिचा भाऊ शाळेत जायचा. बाबा कामाला जायचा आणि आई आठ मैलांवर असलेल्या गावात बिंगो खेळायला जायची. मिसेस वर्मवुडला बिंगोची चटक लागली होती आणि ती आठवड्यातले पाच दिवस खेळायला जायचीच. ज्या दिवशी मटिल्डाच्या बाबाने तिला पुस्तक विकत घेऊन द्यायला नकार दिला त्या दिवशी मटिल्डा एकटीच गावातल्या वाचनालयात चालत चालत निघाली. तिथे पोहोचल्यावर तिने ग्रंथपाल असलेल्या मिसेस फेल्प्सना आपली ओळख करून दिली. तिथेच 'थोडा वेळ बसून पुस्तक वाचू का,' असं तिने विचारलं. इतकी लहान मुलगी आई किंवा बाबाशिवाय एकटीच आलेली पाहून मिसेस फेल्प्सना जरा आश्चर्यच वाटलं. पण त्यांनी तिला बसायला सांगितलं.

''लहान मुलांची पुस्तकं कुठे आहेत, सांगता का प्लीज?'' मटिल्डाने विचारलं.

''तिथे आहेत बघ. त्या खालच्या शेल्फवर,'' मिसेस फेल्प्स म्हणाल्या. ''खूप चित्रं असलेलं एखादं छानसं पुस्तक शोधायला मी मदत करू का तुला?''

''थँक्यू, पण नको. मी बघते एकटी,'' मटिल्डा म्हणाली.

तेव्हापासून रोज दुपारी, आई बिंगो खेळायला निघून गेली की मटिल्डा दुडूदुडू धावत वाचनालयात जायला लागली. तिथे जायला फक्त दहाच मिनिटं लागायची आणि त्यामुळे तिला मस्तपैकी दोन तास एका कोपऱ्यात शांतपणे बसून एकामागून एक पुस्तकांचा फडशा पाडता यायचा. तिथली एकूणएक मुलांची पुस्तकं जेव्हा तिने वाचून संपवली, तेव्हा ती वाचायला दुसरं काहीतरी शोधत फिरू लागली.

गेले काही आठवडे मिसेस फेल्प्स कौतुकमिश्रित आश्चर्याने तिला निरखत होत्या. त्या शेवटी आपल्या टेबलावरून उठल्या आणि तिच्यापाशी गेल्या. ''मटिल्डा, मी तुला काही मदत करू का?'' त्यांनी विचारलं.

''आता पुढे काय वाचावं त्याचा मी विचार करतेय,'' मटिल्डा म्हणाली. ''माझी लहान मुलांची सगळी पुस्तकं वाचून झाली.''

''म्हणजे तू त्यातली चित्रं पाहिलीस, असंच ना?''

''हो, पण मी पुस्तकं वाचलीसुद्धा.''

उंचच उंच असलेल्या मिसेस फेल्प्सनी खाली वाकून मटिल्डाकडे नीट पाहिलं. मटिल्डानेही मान वर करून त्यांच्या डोळ्यांत डोळे घालून पाहिलं.

''काही पुस्तकं अजिबात चांगली नव्हती,'' मटिल्डा म्हणाली. ''पण बाकीची फारच छान होती. मला ते 'द सीक्रेट गार्डन' सगळ्यात जास्त आवडलं. त्यात किती गूढ रहस्यं होती ना. त्या बंद दारामागच्या खोलीचं रहस्य आणि त्या मोठ्या भिंतीमागच्या बागेचं गूढ.''

मिसेस फेल्प्स थक्कच झाल्या. ''मटिल्डा, तुझं नक्की वय काय?'' त्यांनी विचारलं.

''मी चार वर्षं आणि तीन महिन्यांची आहे,'' मटिल्डा म्हणाली.

आता तर त्या आणखीनच चकित झाल्या, पण आपलं आश्चर्य चेहऱ्यावर न दाखवण्याइतक्या त्या शहाण्या होत्या. ''आता तुला कोणत्या प्रकारचं पुस्तक वाचायला आवडेल?'' त्यांनी विचारलं.

''मोठी माणसं वाचतात त्यातलं एखादं खूप चांगलं पुस्तक. एखादं प्रसिद्ध पुस्तक. मला नावं नाही माहीत...''

मिसेस फेल्प्सनी घाई न करता पुरेसा वेळ घेऊन शेल्फं धुंडाळली. या मुलीला नक्की काय द्यावं हे त्यांना कळत नव्हतं. मोठ्या माणसांचं एखादं प्रसिद्ध पुस्तक चार वर्षांच्या मुलीसाठी तुम्ही कसं निवडणार? पंधराएक वर्षांच्या शाळकरी मुलींना आवडेल असं एखादं कुमारवयीन प्रणयकथांचं पुस्तक निवडावं का, असा विचार पहिल्यांदा त्यांच्या मनात आला. पण का कुणास ठाऊक, त्या अंतःप्रेरणेने तशा प्रकारच्या पुस्तकांच्या शेल्फकडे वळल्या नाहीत.

शेवटी एकदाच्या त्या म्हणाल्या, ''हे वाचून बघ. हे खूप प्रसिद्ध आहे आणि फारच उत्तम आहे. वाचायला फार मोठं वाटलं तर मला सांग. मी तुझ्यासाठी जरा लहान आकाराचं आणि सोपं पुस्तक शोधीन.''

''ग्रेट एक्स्पेक्टेशन्स,'' मटिल्डाने मोठ्याने वाचलं. ''लेखक, चार्ल्स डिकन्स. मला आवडेल हे वाचून बघायला.''

''काय वेडेपणा करतेय मी,'' असं मिसेस फेल्प्स मनाशीच म्हणाल्या. पण मटिल्डाला मात्र त्या म्हणाल्या, ''हो, नक्कीच वाचून बघ.''

पुढचे काही दिवस वाचनालयाच्या एका कोपऱ्यात असलेल्या मोठ्या आरामखुर्चीवर बसून मांडीवर पुस्तक ठेवून तासन्‌तास वाचणाऱ्या त्या चिमुकल्या मुलीकडे मिसेस फेल्प्स बघतच राहायच्या. ते पुस्तक इतकं जड होतं की तिला हातात धरून वाचता यायचं नाही. त्यामुळे तिला ते मांडीवर ठेवून वाकून वाचावं लागायचं. मोठ्या खुर्चीवर बसलेल्या त्या चिमुकल्या, काळ्या केसांच्या मुलीचे पाय जमिनीपर्यंतही पोहोचायचे नाहीत. इतक्या लहान मुलीला असं त्या पुस्तकात गढून गेलेलं पाहणं म्हणजे एक अद्भुतच दृश्य होतं. श्रेष्ठ कथाकार डिकन्सने आपल्या शब्दांच्या जादूने विणलेली ती कथा, त्यातल्या पिपची साहसं, मिस हॅविशॅम आणि त्यांचं कोळिष्टकांनी भरलेलं घर या सगळ्यात माटिल्डा हरवून गेलेली असायची. फक्त एक-एक पान उलटण्यापुरतीच तिच्या हाताची हालचाल व्हायची. ''मटिल्डा, पाचला दहा मिनिटं आहेत,'' असं जेव्हा मिसेस फेल्प्सना तिला सांगावं लागायचं तेव्हा प्रत्येक वेळी त्यांना वाईट वाटायचं.

मटिल्डा वाचनालयात यायला लागल्याच्या पहिल्या आठवड्यात मिसेस फेल्प्सनी तिला विचारलं होतं, ''तुझी आई तुला इथे सोडायला आणि न्यायला येते का?''

''माझी आई रोज दुपारी बिंगो खेळायला आइल्सबेरीला जाते,'' मटिल्डा म्हणाली होती. ''मी इथे येते ते तिला माहीत नाहीये.''

''पण हे तर बरोबर नाही. मला वाटतं तू तिला एकदा विचारायला हवंस,'' मिसेस फेल्प्स म्हणाल्या.

''नको, नको,'' मटिल्डा म्हणाली. ''ती पुस्तकं वाचायला अजिबात प्रोत्साहन देत नाही. माझा बाबासुद्धा.''

''पण मग रोज दुपारभर रिकाम्या घरात बसून तू काय करणं अपेक्षित आहे त्यांना?''

''असंच इकडे-तिकडे करायचं आणि टीव्ही बघायचा.''

''अच्छा...''

“मी काय करते आणि काय नाही याबद्दल तिला काहीच पडलेलं नसतं,” मटिल्डा जरा उदासपणे म्हणाली.

गावातल्या बऱ्यापैकी गजबजलेल्या मुख्य रस्त्यावरून चालत येऊन रस्ता ओलांडून एकट्या येणाऱ्या या लहानग्या मुलीच्या सुरक्षिततेबद्दल मिसेस फेल्प्सना काळजी वाटत होती, पण त्यांनी यात ढवळाढवळ न करण्याचं ठरवलं.

एक आठवडाभरात मटिल्डाने ग्रेट एक्स्पेक्टेशन्स वाचून संपवलं, ज्याच्या त्या आवृत्तीत चारशे अकरा पानं होती. “मला हे खूप आवडलं,” ती मिसेस फेल्प्सना म्हणाली. “मिस्टर डिकन्सनी आणखी पुस्तकं लिहिली आहेत का?”

“हो, आणखी बरीच लिहिली आहेत,” चकित झालेल्या मिसेस फेल्प्स उत्तरल्या. “मी तुला आणखी एक निवडून देऊ का?”

पुढच्या सहा महिन्यांत मिसेस फेल्प्सच्या दक्ष आणि कनवाळू देखरेखीखाली मटिल्डाने ही पुस्तकं वाचली :

निकोलस निकलबी – लेखक चार्ल्स डिकन्स
ऑलिव्हर ट्विस्ट – लेखक चार्ल्स डिकन्स
जेन आयर – लेखिका शार्लॉट ब्रॉन्टी
प्राइड अ‍ॅण्ड प्रेज्युडिस – लेखिका जेन ऑस्टेन
टेस ऑफ द डर्बरव्हील्स – लेखक थॉमस हार्डी
गॉन टु अर्थ – लेखिका मेरी वेब
किम – लेखक रुडयार्ड किपलिंग
द इन्व्हिजिबल मॅन – लेखक एच.जी. वेल्स
द ओल्ड मॅन अ‍ॅण्ड द सी – लेखक अर्नेस्ट हेमिंग्वे
द साउंड अ‍ॅण्ड द फ्युरी – लेखक विल्यम फॉकनर
द ग्रेप्स ऑफ रॉथ – लेखक जॉन स्टाइनबेक
द गुड कम्पॅनिअन्स – लेखक जे.बी. प्रिस्ली
ब्राइट्न रॉक – लेखक ग्रॅहॅम ग्रीन
अ‍ॅनिमल फार्म – लेखक जॉर्ज ऑरवेल

ही मोठमोठ्या पुस्तकांची यादी पाहून कोणावरही खूप छाप पडली असती. मिसेस फेल्प्सही एव्हाना फारच थक्क झाल्या होत्या आणि त्यांच्यात उत्साह संचारला होता, पण या सगळ्या प्रकारात त्यांनी स्वतःला वाहवून जाऊ दिलं नाही हे बरं झालं. या चिमुकल्या मुलीने जे साध्य केलं होतं ते पाहणाऱ्या इतर कोणाही माणसाने त्याचा खूपच गाजावाजा केला असता आणि गावभर किंवा त्याहीपलीकडे ही बातमी पोहोचवली असती, पण मिसेस फेल्प्स त्यातल्या नव्हत्या. त्या फक्त आपल्या कामाशीच मतलब ठेवायच्या आणि इतर लोकांच्या मुलांच्या बाबतीत आपण नाक न खुपसणंच बरं असतं हे त्यांना खूप पूर्वीच लक्षात आलेलं होतं.

‘‘मिस्टर हेमिंग्वेंच्या बऱ्याच गोष्टी मला समजत नाहीत,’’ मटिल्डा त्यांना म्हणाली. ‘‘खासकरून बायका-पुरुषांबद्दलच्या. पण तरी मला पुस्तक आवडलं. ते अशा प्रकारे गोष्ट सांगतात ना, की मला वाटत होतं मी तिथेच आहे आणि ते सगळं घडताना बघतेय...’’

‘‘कोणत्याही चांगल्या लेखकाचं पुस्तक वाचताना तुला नेहमी असंच वाटेल,’’ मिसेस फेल्प्स म्हणाल्या. ‘‘आणि जे भाग तुला समजत नाहीत त्याबद्दल अजिबात काळजी करू नकोस. फक्त शांत रहा, आणि त्या शब्दांना संगीताप्रमाणे तुझ्या भोवती फेर धरू दे.’’

‘‘हो, हो, नक्की!’’

‘‘तुला माहितेय, यासारख्या सार्वजनिक वाचनालयांतून पुस्तकं घरीसुद्धा घेऊन जाता येतात,’’ मिसेस फेल्प्स तिला म्हणाल्या.

‘‘मला हे माहीतच नव्हतं,’’ मटिल्डा म्हणाली. ‘‘मीसुद्धा घेऊन जाऊ शकते?’’

‘‘हो, अगदीच. तुला हवं ते पुस्तक तू निवडलंस की माझ्याकडे घेऊन ये. मग मी त्याचं नाव लिहून घेईन आणि दोन आठवडे ते पुस्तक तुझं. तुला हवं तर तू एकपेक्षा जास्त पुस्तकंसुद्धा नेऊ शकतेस.’’

तेव्हापासून मटिल्डा आठवड्यातून फक्त एकदाच वाचनालयात जाऊन जुनी पुस्तकं परत करून नवीन घरी घेऊन जाऊ लागली. तिची लहानशी झोपायची खोली ही आता तिची 'वाचायची खोली' झाली होती. जवळपास रोजच दुपारी ती आपल्या खोलीत बसून पुस्तकं वाचायची. बरेचदा तिच्या शेजारी तिचा हॉट चॉकलेटचा मगसुद्धा असायचा. स्वयंपाकघरातल्या वस्तूंपर्यंत तिचा हात पोहोचण्याइतकी ती अजून उंच झाली नव्हती. पण अंगणातल्या अडगळीच्या खोलीत तिने एक लहानसं खोकं ठेवून दिलं होतं. तेच आणून ती त्यावर उभी राहून हवं ते बनवून घ्यायची. बरेचदा ती हॉट चॉकलेटच बनवायची. एका पातेल्यात थोडं दूध गरम करायची आणि मग ते चॉकलेटवर ओतायची. कधीकधी ती बोव्हरिल (बीफच्या अर्कात पाणी घालून बनवलेलं पेय) प्यायची किंवा कधीकधी ओव्हल्टिन (दुधात घालून प्यायची एक पावडर). दुपारच्या शांत वेळी रिकाम्या घरात आपल्या खोलीत बसून वाचताना एखादं गरम पेय प्यायला फार सुखद वाटायचं. ती पुस्तकं तिला विविध दुनियांची सफर घडवायची आणि वेगवेगळ्या प्रकारची रोमांचक आयुष्यं जगणाऱ्या अद्भुत लोकांशी तिची ओळख करून द्यायची. जोसेफ कॉनरॅडसोबत तिने जुन्या काळातल्या शिडाच्या जहाजांवरून प्रवास केला. अर्नेस्ट हेमिंग्वेसोबत ती आफ्रिकेला गेली तर रुडयार्ड किपलिंगसोबत भारतात. इंग्लंडमधल्या एका गावातल्या आपल्या लहानशा खोलीत बसून मटिल्डाने जगभर प्रवास केला.

२

गाड्यांचा विक्रेता मिस्टर वर्मवुड

मटिल्डाच्या आईबाबांचं घर चांगलं मोठं होतं. खालच्या मजल्यावर जेवायची खोली, बैठकीची खोली आणि स्वयंपाकघर होतं, तर वरच्या मजल्यावर तीन झोपायच्या खोल्या होत्या. मटिल्डाचा बाबा वापरलेल्या म्हणजेच सेकंड-हँड गाड्यांचा विक्रेता होता आणि त्याचा धंदा उत्तम चालला होता असंच दिसत होतं.

तो अभिमानाने सांगायचा, ''माझ्या यशाचं एक मोठं रहस्य म्हणजे भुसा! आणि त्याकरता मला दमडीही खर्च करावी लागत नाही. हा भुसा मला लाकूड कापण्याच्या कारखान्यात फुकट मिळतो.''

''तू तो कशासाठी वापरतोस?'' मटिल्डाने विचारलं.

''हुं! तुला तर सगळंच जाणून घ्यायचंय, नाही का!'' तिचा बाबा म्हणाला.

''सेकंड-हँड गाड्या विकायला भुशाची काय मदत होते ते मला कळलं नाही, बाबा.''

''तुला कळलं नाही कारण तू एक बिनडोक आणि मूर्ख मुलगी आहेस,'' बाबा म्हणाला. त्याचं बोलणं कधीच फारसं प्रेमळ नसायचं, पण मटिल्डाला याची सवय होती. तिला हेही माहीत होतं की बाबाला बढाया मारायला फार आवडतं, त्यामुळे ती निर्लज्जपणे त्याला डिवचत राहायची.

''फुकट मिळणाऱ्या एखाद्या गोष्टीचा उपयोग करून घेतोस म्हणजे तू किती हुशार असशील,'' ती म्हणाली. ''मलाही असं जमलं तर...''

''तुला जमणारच नाही,'' बाबा म्हणाला. ''तू फारच बावळट आहेस. पण मी त्याबद्दल माइकला नक्की सांगेन, कारण पुढे जाऊन तोच माझा धंदा चालवणार आहे.'' मटिल्डाकडे दुर्लक्ष करत तो आपल्या मुलाकडे वळून म्हणाला, ''बरेच मूर्ख लोक आपल्या गाड्यांचे गिअर इतक्या चुकीच्या पद्धतीने वापरतात की ते अगदी खराब होऊन जातात आणि त्यांचा खुळखुळाच होतो. पण मी आनंदाने त्यांच्या जुन्या गाड्या विकत घेतो. कारण त्या खूप स्वस्तात मिळतात. मग मला फक्त एकच गोष्ट करावी लागते. गिअर बॉक्समधल्या ऑइलमध्ये भरपूर भुसा मिसळायचा, मग गाडी लोण्यासारखी मऊ पळते.''

''पण खिळखिळ्या झालेल्या गिअरचा पुन्हा आवाज येईपर्यंत किती अंतर गाडी अशी छान पळते?'' मटिल्डाने विचारलं.

''गाडी विकत घेणारा माणूस आपल्यापासून पुरेसा दूर जाईपर्यंत!'' बाबा दात विचकून हसत म्हणाला. ''साधारण शंभरेक मैल.''

''पण हा तर अप्रामाणिकपणा आहे, बाबा. ही तर फसवणूक आहे,'' मटिल्डा म्हणाली.

''प्रामाणिक राहून कोणीच श्रीमंत होत नाही,'' बाबा म्हणाला. ''गिऱ्हाइकं फसवण्यासाठीच असतात.''

मिस्टर वर्मवुड बुटकेलासा उंदरासारखा दिसणारा इसम होता. उंदराच्या मिश्यांसारख्या असलेल्या त्याच्या बारीक मिशीखालून त्याचे पुढचे दात बाहेर आलेले होते. मोठमोठ्या रंगीबेरंगी चौकडीची जॅकेट्स आणि पिवळे किंवा फिकट हिरवे टाय घालायला त्याला आवडायचं. तो पुढे म्हणाला, ''आता मायलेजचंच घे ना. कोणीही सेकंड-हँड गाडी विकत घेताना काय बघतं, तर ती गाडी किती अंतर पळली आहे ते. बरोबर?''

'हो,' त्याचा मुलगा म्हणाला.

''तर मी दीडेक लाख मैल पळालेली एखादी खटारा गाडी विकत घेतो. मला ती अगदीच स्वस्त मिळते. पण असं मायलेज असलेली गाडी कोणीच विकत घेणार नाही, हो ना? आणि दहा वर्षांपूर्वी जसं स्पीडोमीटर बाहेर काढून त्यावरचे आकडे हवे तसे बदलता यायचे तसं हल्ली करता येत नाही. ते लोक स्पीडोमीटर असं काही बसवतात की तुम्ही घड्याळजी वगैरे असल्याशिवाय तुम्हाला काहीच करता येत नाही. मग मी काय करतो? मी माझं डोकं चालवतो. काय समजलास, बेटा! मी माझं डोकं चालवतो.''

'म्हणजे?' छोट्या मायकलने प्रभावित होऊन विचारलं. त्यालाही आपल्या बापाकडून लबाडी करण्याचा वारसा मिळालेला दिसत होता.

''मी बसून स्वतःशीच विचार करतो, की स्पीडोमीटर न तोडता त्यावरचा दीड लाख मैलांचा आकडा मी फक्त दहा हजारात कसा बदलू? हां, आता जर मी ती गाडी पुरेशी उलटी उलटी नेली तर आकडे नक्कीच मागे मागे जातील, नाही का? पण एखादा खटारा हजारो मैल उलटा चालवत कोण नेणार? असं तर करताच येणार नाही!''

''हो, नाहीच येणार,'' मायकलने री ओढली.

''मग मी डोकं खाजवतो,'' बाबा म्हणाला. ''मी माझं डोकं चालवतो. जेव्हा एखाद्याला माझ्यासारखं डोकं लाभलेलं असतं ना, तेव्हा ते वापरायचं असतं. आणि अचानक मला उत्तर मिळतं! तो दुसरा कोण एक हुशार माणूस आहे ना, त्याने पेनिसिलिनचा शोध लावला तेव्हा त्याला जसं वाटलं असेल तस्संच मला वाटलं. 'युरेका!' मी ओरडलो. 'मला उत्तर सापडलं!'''

''बाबा, काय केलंस तू?'' मुलाने विचारलं.

''स्पीडोमीटरला एक केबल असते, जी गाडीच्या पुढच्या चाकाला जोडलेली असते. तिथून मी ती केबल पहिल्यांदा तोडतो. मग मी खूप जोरात चालणारं विजेवरचं ड्रिल मशीन आणतो आणि त्या केबलच्या टोकाला असं काही जोडतो, की ते चालू केलं की केबल उलट फिरते. समजलं ना आत्तापर्यंतचं? कळतंय ना?''

''हो बाबा,'' मायकल म्हणाला.

''ही ड्रिल्स प्रचंड वेगाने चालतात,'' बाबा म्हणाला, ''त्यामुळे मी जेव्हा ड्रिल चालू करतो तेव्हा स्पीडोमीटरवरचे मायलेजचे आकडे भराभर उलटे पळतात. काही मिनिटांतच माझ्या ड्रिलने मी घड्याळावरचे पन्नासएक हजार मैल मागे फिरवतो. माझं काम झालं की गाडी फक्त दहा हजार मैलांचं मायलेज दाखवते. मग ती विकायला तय्यार! मी गिऱ्हाइकाला म्हणतो, 'ही अगदी नव्यासारखीच आहे. फक्त दहा हजार पळलीये. एका म्हाताऱ्या आजींची होती आधी, ज्या फक्त आठवड्यातून एकदाच खरेदीला जाताना गाडी न्यायच्या.'''

''खरंच विजेवर चालणाऱ्या ड्रिलनं मायलेज मागे फिरवता येतं?'' छोट्या मायकलने विचारलं.

''मी तुला धंद्यातली रहस्यं सांगतोय. त्यामुळे याबद्दल कोणाहीजवळ चकार शब्द काढायचा नाही. तुला मला गजाआड करायचं नाहीये ना!''

''मी अग्गदी कोणालाही सांगणार नाही,'' मुलगा म्हणाला. ''बाबा, तू हे बऱ्याच गाड्यांना करतोस?''

''माझ्या हाताखालून जाणाऱ्या प्रत्येक गाडीला. कोणतीही गाडी विकायच्या आधी मी तिचं मायलेज दहा हजारांपेक्षा कमी करून ठेवतो. विचार कर, मी हा शोध स्वतः लावलाय, काय वाटलं!'' अभिमानाने बाबा म्हणाला. ''याने मला अमाप पैसा मिळवून दिलाय.''

मटिल्डा हे बोलणं लक्षपूर्वक ऐकत होती. ती म्हणाली, ''पण बाबा, हे त्या भुशापेक्षाही जास्त अप्रामाणिक आहे. हे तर घृणास्पद आहे. जे लोक तुझ्यावर विश्वास ठेवतात त्यांनाच तू फसवतोस.''

''तुला जर हे आवडत नसेल तर या घरातलं अन्न खाऊ नकोस. कारण ते याच नफ्याच्या पैशातून येतंय,'' बाबा म्हणाला.

''हा काळा पैसा आहे. मला अजिबात आवडत नाही हे!'' मटिल्डा म्हणाली.

बाबाच्या गालावर दोन लाल ठिपके दिसू लागले. ''कोण समजतेस गं तू स्वतःला!'' तो कडाडला. ''मला प्रामाणिकपणाबद्दल शिकवण देणारी तू काय धर्मगुरू वगैरे आहेस की काय? तू एक मूर्ख आणि क्षुद्र मुलगी आहेस आणि तू काय बोलते आहेस याची तुला जराही कल्पना नाहीये!''

''अगदी बरोबर, हॅरी,'' आई म्हणाली. मग ती मटिल्डाला म्हणाली, ''तुझ्या बाबाशी असं बोलायची तुझी हिंमत कशी झाली? आता तुझं थोबाड बंद ठेव म्हणजे सगळ्यांना हा कार्यक्रम शांतपणे बघता येईल.''

बैठकीच्या खोलीतल्या टीव्हीसमोर बसून ते सगळे जण मांडीवर खाणं ठेवून जेवत होते. टीव्हीसमोर बसून खायचं जेवण म्हणजे तकलादू ॲल्युमिनिअमच्या ताटल्यांमध्ये आणलेलं तयार अन्न. त्यात शिजवलेलं मांस, उकडलेले बटाटे आणि मटारसाठी वेगवेगळे खळगे असायचे. मिसेस

वर्मवुड घास चघळत समोरच्या टीव्हीच्या पडद्यावरची अमेरिकन सीरियल एकटक बघत होती. ती चांगली धिप्पाड होती. तिचे केस चंदेरी रंगवलेले होते, फक्त मुळांपाशी मूळचा तपकिरी रंग दिसायचा. तिच्या चेहऱ्यावर नेहमी भरपूर मेकअप थापलेला असायचा. तिचा बिचारीचा बांधाच असा होता की जणू अंगावर सगळ्या बाजूंनी असलेले चरबीचे गोळे गळून पडू नयेत म्हणून बांधलेले असावेत!

''आई, मी जेवणाच्या खोलीतल्या टेबलावर बसून जेवले तर चालेल का? म्हणजे मला पुस्तक वाचता येईल,'' मटिल्डाने विचारलं.

बाबाने तिच्याकडे रागाने कटाक्ष टाकला, ''मला चालणार नाही!'' तो ओरडला. ''रात्रीचं जेवण हे सगळ्या कुटुंबाने एकत्रच करायचं असतं आणि ते संपेपर्यंत कोणीही टेबलावरून उठणार नाही!''

''पण आपण टेबलापाशी बसलोच नाहीयोत. आपण कधीच तिथे बसत नाही. आपण नेहमी मांडीवर ताटल्या ठेवून टीव्ही बघत जेवतो,'' मटिल्डा म्हणाली.

''मी म्हणतो, टीव्ही बघण्यात काय वाईट आहे?'' अचानक बाबाचा आवाज हळू झाला होता. याचाच अर्थ त्याने धोकादायक पातळी गाठली होती.

आपण काहीतरी बोलून जाऊ अशी भीती वाटल्याने मटिल्डा गप्पच राहिली. तिच्या आत खदखदणारा राग तिला जाणवत होता. आपल्या आईबाबांचा असा तिरस्कार करणं चुकीचं आहे हे तिला माहीत होतं, पण तसं न करणंही जमत नव्हतं. तिने जी सगळी पुस्तकं वाचली होती त्यातून तिला जीवनाचा एक दृष्टिकोन मिळाला होता, जो त्या दोघांना मुळीच माहीत नव्हता. जर त्यांनी एखादं तरी डिकन्सचं किंवा किपलिंगचं पुस्तक वाचलं तर किती बरं होईल असं तिला वाटायचं. म्हणजे लोकांना फसवणं आणि टीव्ही बघणं यापलीकडे आयुष्यात किती गोष्टी आहेत हे तरी त्यांना समजेल.

आणखी एक. आपल्याला सतत मूर्ख, बिनडोक अशी नावं ठेवली जातात याची मटिल्डाला भयंकर चीड यायची. कारण ती बिनडोक नाहीये हे तिला माहीत होतं. त्या रात्री तिच्या आत राग धुमसत राहिला आणि तिने झोपायला गेल्यावर, पलंगावर पडल्या पडल्या एक निर्णय घेऊन टाकला. जेव्हा जेव्हा तिचा बाबा किंवा आई तिच्याशी असे क्रूरपणे वागतील तेव्हा तेव्हा ती या ना त्या प्रकारे त्याचा सूड घेईल. त्यांच्यावर मात करून एकदोनदा जरी जिंकता आलं तरी त्यामुळे त्यांचा सगळा मूर्खपणा तिला जरा सुसह्य झाला असता. नाही तर मटिल्डाला त्या घरात वेडच लागलं असतं. ती फक्त पाच वर्षांची होती हे तुमच्या लक्षात आहे ना? इतक्या लहान मुलीने एखाद्या 'शक्तिशाली' प्रौढ माणसावर मात करणं अजिबातच सोपं नसतं. पण तरी मटिल्डाने प्रयत्न करून बघायचं ठरवलं. मघाशी टीव्हीसमोर घडलेल्या प्रकारामुळे तिच्या बाबाचा या यादीत सगळ्यात वरचा क्रमांक होता.

३

हॅट आणि सूपरग्लू

दुसऱ्या दिवशी सकाळी बाबा त्याच्या सेकंड-हँड गाड्यांच्या त्या भयंकर गॅरेजमध्ये जाण्यापूर्वी काही मिनिटं मटिल्डा हळूच खोलीतून सटकली आणि कोट-टोप्या ठेवायच्या खोलीत गेली. तिथे तिने बाबाची रोजची हॅट घेतली. तिला चवड्यावर उभं राहून शिवाय एका काठीने ती हॅट उंचावरच्या खुंटीवरून खाली ओढावी लागली. आणि तरी तिला हे जेमतेमच करता आलं. वरनं चपटी असलेली आणि पक्ष्याचं पीस खोवलेली ती घाणेरडी हॅट मिस्टर वर्मवुडची फार आवडती होती. आपलं भडक चौकडीचं जॅकेट आणि हिरवा टाय घातल्यावर ही हॅट जऽऽराशी तिरकी घातली की आपण फार बिनधास्त आणि भारी दिसतो असं त्याला वाटायचं.

मटिल्डाने ती हॅट एका हातात धरली आणि सूपरग्लूच्या एका लहानशा ट्यूबमधून हॅटच्या आतल्या भागात अगदी व्यवस्थित गोलाकारात डिंक लावला. मग काळजीपूर्वक तिने ती हॅट काठीने परत खुंटीवर टांगून ठेवली. हे सगळं तिने अगदी बरोब्बर वेळ साधून केलं. कारण ती डिंक लावत असताना बाबा नाश्ता संपवून उठतच होता.

हॅट घालताना मिस्टर वर्मवुडच्या काहीही लक्षात आलं नाही, पण गॅरेजमध्ये पोहोचल्यावर मात्र त्याला हॅट काढताच येईना. सूपरग्लू हे प्रकरण भयंकर चिकट असतं. जर तुम्ही फार ओढून काढायचा प्रयत्न केला तर तुमची त्वचाच सोलली जाऊ शकते. मिस्टर वर्मवुडला अर्थातच आपली त्वचा सोलवटलेली नको होती, त्यामुळे त्याला दिवसभर हॅट घालूनच बसावं लागलं. अगदी गिअर-बॉक्समध्ये भुसा भरताना आणि विजेवर

चालणाऱ्या ड्रिलने मायलेजचे आकडे बदलतानासुद्धा. आपली लाज जाऊ नये म्हणून त्याने वरवर काही दाखवलं नाही, जेणेकरून त्याच्याकडे काम करणाऱ्या लोकांना वाटावं की याने मुद्दामच हॅट घालून ठेवलीये, सिनेमातले गुंड घालतात ना तशी.

संध्याकाळी तो घरी आला तेव्हाही त्याला हॅट काढता आली नाही. त्याची बायको म्हणाली, ''काहीतरी वेडेपणा काय करतोयस! ये इकडे, मी काढून देते तुला.''

तिने जोरात हॅट ओढली. त्याबरोबर मिस्टर वर्मवुड इतका जोरात ओरडला की खिडक्यांची तावदानंसुद्धा थरथरली. 'ओऽऽऽय!' तो किंचाळला. ''सोड! असं करू नको! तू तर माझ्या कपाळावरची त्वचाच सोलशील!''

मटिल्डा तिच्या नेहमीच्या खुर्चीत पुस्तक वाचत बसली होती. पुस्तकाच्या कडेवरून ती हे नाटक आवडीने बघत होती.

''काय झालं, बाबा? तुझं डोकं अचानक सुजलंबिजलं नाहीये ना?'' ती म्हणाली.

बाबाने तिच्याकडे संशयाने रोखून पाहिलं पण तो काही बोलला नाही. कसा बोलणार? तेवढ्यात मिसेस वर्मवुड म्हणाली, ''हा नक्कीच सूपरग्लू असणार! दुसरं काही असूच शकत नाही. अशा भयंकर गोष्टींशी खेळ करत

असतोस ना, चांगला धडा मिळाला तुला! तू आपल्या हॅटमध्ये आणखी एखादं पीस चिकटवायचा प्रयत्न करत असशील, दुसरं काय!''

''मी या मेल्या हॅटला कशाला हात लावीन?'' मिस्टर वर्मवुड कडाडला. त्याने पुन्हा एकदा मटिल्डाकडे रोखून पाहिलं. मटिल्डा आपल्या टपोऱ्या तपकिरी डोळ्यांनी निरागसपणे बाबाकडे बघत राहिली.

मिसेस वर्मवुड म्हणाली, ''अशी धोकादायक उत्पादनं वापरण्यापूर्वी त्यांच्यावरची लेबलं नीट वाचली पाहिजेस तू. नेहमी लेबलवरच्या सूचना पाळायच्या.''

''अगं मूर्ख चेटकिणी! काय बडबडते आहेस तू?'' मिस्टर वर्मवुड ओरडला. कोणी पुन्हा आपली हॅट ओढू नये म्हणून त्याने ती गच्च पकडली होती. ''तुला काय वाटलं, ही हॅट माझ्याच डोक्याला डिंकाने मुद्दामहून चिकटवायला मी काय वेडाबिडा आहे का?''

मटिल्डा म्हणाली, ''आपल्याच गल्लीत राहणाऱ्या एका मुलाच्या बोटाला त्याच्या नकळत सूपरग्लू लागला होता आणि त्याने ते बोट नाकात घातलं.''

मिस्टर वर्मवुडने दचकून उडीच मारली. ''म... मग? काय झालं त्याचं?'' तो कसाबसा पुटपुटला.

''त्याचं बोट नाकातच चिकटून बसलं,'' मटिल्डा म्हणाली. ''आठवडाभर त्याला असंच सगळीकडे फिरावं लागत होतं. लोक त्याला म्हणत होते, 'अरे, नाकात बोटं घालू नकोस,' आणि त्याला काहीच करता येत नव्हतं. इतका बावळट दिसत होता ना तो!''

''बरं झालं, चांगली अद्दल घडली त्याला,'' मिसेस वर्मवुड म्हणाली. ''खरं तर त्यानं नाकात बोट घालायलाच नको होतं. घाणेरडी सवय आहे ही. सगळ्या मुलांच्या बोटांना सूपरग्लू लावला तर ती नाकं कोरायची बंद होतील.''

मटिल्डा म्हणाली, ''आई, मोठी माणसंसुद्धा करतात तसं. कालच स्वयंपाकघरात तुला तसं करताना मी पाहिलं.''

''बस झालं. खूप बोललीस,'' मिसेस वर्ममुड म्हणाली. तिचा चेहरा शरमेने लालेलाल झाला होता.

टीव्हीसमोर बसून जेवतानासुद्धा मिस्टर वर्मवुडला आपली हॅट तशीच डोक्यावर ठेवावी लागली. तो फारच बावळट दिसत होता आणि त्यामुळे अगदी गप्पगप्प होता.

रात्री झोपायच्या आधी पुन्हा एकदा त्याने आणि त्याच्या बायकोने ती हॅट काढायचा प्रयत्न केला, पण व्यर्थ. ''मी शॉवर कसा घेऊ आता?'' त्याने विचारलं.

''शॉवर आत्तातरी नाहीच घेता येणार ना,'' त्याची बायको म्हणाली. जांभळा पट्टेरी पायजमा-शर्ट घालून आणि डोक्यावरची हॅट तशीच ठेवून झोपायच्या खोलीत लपत-छपत फिरणारा आपला हडकुळा नवरा पाहून तिला वाटलं, ''काय खुळचट दिसतोय हा! कोण बाई असा नवरा मिळावा म्हणून स्वप्नं बघेल,'' ती स्वतःशीच म्हणाली.

मिस्टर वर्मवुडच्या लक्षात आलं, की यातली सगळ्यात वाईट गोष्ट म्हणजे डोक्यावर कायमची चिकटलेली हॅट घालून झोपणं. त्याला उशीवर आरामात डोकं ठेवताच येईना. तासभर तो आपला या कुशीवरून त्या कुशीवर वळत राहिला. शेवटी त्याची बायको वैतागून म्हणाली, ''आता बास कर चुळबुळ! मला वाटतं सकाळपर्यंत हॅट बऱ्यापैकी सैल होईल आणि मग निघेल पटकन.''

पण सकाळीसुद्धा ती अजिबात सैल झाली नव्हती आणि डोक्यावरून निघायचं नावच घेत नव्हती. त्यामुळे मग मिसेस वर्मवुडने कात्री घेतली आणि तुकड्यातुकड्यांत ती हॅट कापून काढली. पहिल्यांदा वरचा भाग कापला आणि मग हॅटची कड. हॅटची आतली कड जिथे डोक्याला चिकटून

बसली होती, तिथे मात्र तिला केसांसकटच ती कापून काढावी लागली. त्यामुळे एखाद्या साधूप्रमाणे त्याच्या डोक्याभोवती एक केस नसलेली त्वचेची पांढरी पट्टी दिसू लागली. पुढच्या भागात कपाळावर जिथे हॅट थेट त्वचेलाच चिकटली होती तिथे मात्र हॅटच्या तपकिरी चामड्याचे बारीक बारीक तुकडे तसेच चिकटून राहिले. कितीही धुतलं तरी ते निघाले नाहीत.

नाश्त्याच्या वेळी मटिल्डा बाबाला म्हणाली, ''बाबा, तू ते तुकडे कपाळावरून काढायचा प्रयत्न करायलाच हवास. असं वाटतंय की छोटे छोटे तपकिरी किडे तुझ्या कपाळावर फिरतायत. लोकांना वाटेल तुझ्या डोक्यात उवा झाल्यायत.''''गप्प बस!'' बाबा कडाडला. ''तुझं थोबाड बंद ठेव, समजलं!''

एकूणात काय, मटिल्डाला या सगळ्या प्रकारात खूपच समाधान मिळालं. पण या प्रसंगाने बाबाला कायमचा धडा मिळाला असेल अशी आशा करणं म्हणजे जरा अतिच झालं असतं.

४

भूत

वर्मवुडच्या घरामध्ये सूपरग्लूच्या प्रसंगानंतर आठवडाभर बऱ्यापैकी शांत वातावरण होतं. त्या अनुभवामुळे मिस्टर वर्मवुड जरा नरमला होता आणि त्यामुळे तात्पुरतं का होईना त्याने बढाया मारणं आणि दादागिरी करणं बंद केलं होतं.

मग अचानक त्याने पुन्हा वार केला. कदाचित गॅरेजमधला त्याचा दिवस वाईट गेला असेल, आणि त्याने निकृष्ट दर्जाच्या पुरेशा गाड्या विकल्या नसतील. कामावरून संध्याकाळी घरी आल्यावर कितीतरी गोष्टींमुळे एखाद्या माणसाला वैताग येऊ शकतो. आणि बरेचदा त्याच्या बायकोला येणाऱ्या वादळाची पूर्वसूचना मिळून ती तो शांत होईपर्यंत त्याच्यापासून दूरच राहते.

त्या दिवशी मिस्टर वर्मवुड गॅरेजमधून परत आला तेव्हा त्याच्या चेहऱ्यावर वादळी ढगांचा गडदपणा दाटून आला होता आणि लवकरच कोणावरतरी त्याचा राग निघणार होता. त्याच्या बायकोला ही चिन्हं लगेचच समजली आणि ती लांबच राहिली. तो तरातरा चालत बैठकीच्या खोलीत आला. कोपऱ्यातल्या एका आरामखुर्चीवर मटिल्डा गुरगुटून बसली होती आणि ती पुस्तक वाचण्यात अगदी गुंग झाली होती. मिस्टर वर्मवुडने टीव्ही चालू केला. पडदा उजळला. ढणढण आवाजात कार्यक्रम सुरू झाला. मिस्टर वर्मवुडने मटिल्डाकडे रोखून पाहिलं. ती हललीसुद्धा नव्हती. त्या भयंकर टीव्हीच्या घाणेरड्या आवाजाला कानात शिरूच द्यायचं नाही असं तोपर्यंत तिने स्वतःला शिकवलेलं होतं. ती पुस्तक वाचत राहिली आणि या गोष्टीमुळे का कुणास ठाऊक पण तिच्या बाबाचा पारा चढला. आपल्या

आवाक्याबाहेरच्या कोणत्यातरी गोष्टीतून हिला आनंद मिळतोय हे पाहून कदाचित त्याला आणखीनच राग आला असावा.

''तू कधी वाचायचं थांबतच नाहीस का?'' तो तिच्यावर खेकसला.

''अरे! बाबा, आलास तू? कसा गेला तुझा दिवस?'' तिने हसून विचारलं.

''कोणतं फालतू पुस्तक आहे हे?'' त्याने तिच्या हातातलं पुस्तक हिसकावून घेत विचारलं.

''फालतू नाही, बाबा, खूप छान पुस्तक आहे. त्याचं नाव आहे 'रेड पोनी'. अमेरिकन लेखक जॉन स्टाइनबेकचं आहे ते. तू का नाही वाचून बघत? तुला आवडेल.''

''कचरा!'' मिस्टर वर्मवुड म्हणाला. ''अमेरिकन माणसाचं पुस्तक आहे म्हणजे निव्वळ कचराच असणार. ते लोक तसलंच लिहितात.''

''नाही, बाबा, खूप सुंदर आहे. खरंच! त्यात ना....''

''त्यात काय लिहिलंय ते मला मुळीच जाणून घ्यायचं नाहीये,'' मिस्टर वर्मवुड खेकसला. ''तसंही तुझ्या या पुस्तकं वाचण्याला मी

कंटाळलोय. जा, त्यापेक्षा काहीतरी उपयोगी पडेल असं काम कर, जा!'' असं म्हणून अचानक त्याने त्या पुस्तकाची पानं फाडायला सुरुवात केली. मुठीत कागदाचे गठ्ठे धरून ते टरकावून तो कचऱ्याच्या टोपलीत टाकू लागला.

मटिल्डा भीतीने जागच्या जागीच गोठली. बाबाचं पानं फाडणं चालूच होतं. त्याला नक्कीच मत्सर वाटत होता यात काही शंका नव्हती. प्रत्येक पान फाडताना तो जणू म्हणत होता, ''तिची हिंमत कशी होते? मला त्यातलं कळत नसताना, पुस्तक वाचून आनंद मिळवायची तिची हिंमत कशी होते? कशी!!''

''ते वाचनालयातलं पुस्तक आहे!'' मटिल्डा ओरडली. ''माझं नाहीये ते! मला ते मिसेस फेल्प्सना परत करायचं आहे!''

''मग तुला दुसरं विकत घ्यावं लागेल!'' पानं टरकावता टरकावता तिचा बाबा म्हणाला. ''तुझ्या पॉकेट-मनीमधले पैसे साठव आणि पुरेसे जमले की तुझ्या त्या बहुमोल मिसेस फेल्प्ससाठी नवीन पुस्तक विकत घे, काय!'' असं म्हणून बाबाने हातात उरलेलं मुखपृष्ठाचं पान कचऱ्यात टाकलं आणि तो टीव्ही तसाच सुरू ठेवून तरातरा खोलीतून बाहेर निघून गेला.

मटिल्डाच्या जागी दुसरं कोणी लहान मूल असतं तर त्याला रडूच फुटलं असतं. पण तिने तसं काही केलं नाही. पांढऱ्याफटक पडलेल्या चेहऱ्याने मटिल्डा अजिबात न हलता तशीच बसून राहिली. तिच्या डोक्यात विचारचक्रं फिरत होती. तिला जणू माहीत होतं की रडून किंवा रुसून काहीच होत नाही. नेपोलियन एकदा म्हणाला होता तसं, 'तुमच्यावर जेव्हा हल्ला होतो तेव्हा करायची शहाणपणाची एकमेव गोष्ट म्हणजे पलटवार.' आपला अत्यंत द्वेष करणाऱ्या बाबाला शिक्षा करण्यासाठी एक नवीन योजना मटिल्डाच्या सुपीक डोक्यात लगेचच तयार व्हायला लागली होती. फक्त, फ्रेड म्हणायचा तितका त्याचा पोपट खरोखरच व्यवस्थित बोलू शकणारा होता की नाही, यावर तिच्या योजनेचं यश अवलंबून होतं.

फ्रेड मटिल्डाचा मित्र होता. सहा वर्षांचा लहानगा फ्रेड तिच्या गल्लीच्या कोपऱ्यावर राहायचा. त्याच्या बाबाने त्याला दिलेला पोपट किती छान बोलू शकतो हे तो गेले कितीतरी दिवस सांगत होता.

मग दुसऱ्या दिवशी दुपारी मिसेस वर्मवुड बिंगो खेळायला आपल्या गाडीतून निघून गेल्यावर, मटिल्डा फ्रेडच्या घरी 'तपास करायला' म्हणून गेली. त्याचा तो सुप्रसिद्ध पोपट तिला बघायला मिळेल का, असं तिने दार वाजवून विचारलं. फ्रेड ते ऐकून खूपच खूश झाला आणि त्याने तिला आपल्या खोलीत नेलं. तिथे खरंच एका मोठ्या पिंजऱ्यात तो सुंदर निळा-पिवळा पोपट ठेवला होता.

''तो बघ! त्याचं नाव चॉपर आहे,'' फ्रेड म्हणाला.

''त्याला बोलायला सांग ना,'' मटिल्डा म्हणाली.

''असं त्याला सांगता नाही येत. आपल्याला वाट बघावी लागते. त्याच्या मनात येईल तेव्हाच तो बोलतो.''

थोडा वेळ दोघं वाट बघत थांबले. अचानक पोपट म्हणाला, ''हॅलो, हॅलो, हॅलो!'' त्याचा आवाज अगदी माणसासारखाच होता. मटिल्डा म्हणाली, ''हे भारी आहे! आणखी काय बोलतो तो?''

''हाडांचा खुळखुळा कर माझ्या!'' पोपट म्हणाला. त्याने अगदी गूढ-भयंकर आवाजाची छान नक्कल केली. ''हाडांचा खुळखुळा कर माझ्या!''

''तो नेहमी हेच बोलत असतो,'' फ्रेडने सांगितलं.

''आणखी काय बोलता येतं त्याला?'' मटिल्डाने विचारलं.

''इतकंच येतं,'' फ्रेड म्हणाला. ''पण भारी आहे की नाही माझा पोपट! तुला कसा वाटला?''

''खूपच मस्त रे! तू मला फक्त एका रात्रीपुरता तुझा पोपट देशील?'' मटिल्डाने विचारलं.

''नाही हं, अजिबात नाही,'' फ्रेड म्हणाला.

''मी तुला माझा पुढच्या आठवड्याचा अख्खा पॉकेट-मनी देईन,'' मटिल्डा म्हणाली.

या बोलण्याचा व्हायचा तो परिणाम झाला. काही क्षण विचार करून फ्रेड म्हणाला, ''ठीकाय. पण तू उद्या त्याला नक्की परत आणून द्यायचं वचन दे.''

दोन्ही हातांत कसाबसा तो भलामोठा पिंजरा संभाळत मटिल्डा आपल्या घरी पोहोचली. घरी कोणीच नव्हतं. जेवायच्या खोलीत एक मोठी शेकोटीची जागा होती. त्या शेकोटीवरच्या चिमणीमध्ये कोणाला दिसणार नाही अशा जागी मटिल्डा तो पिंजरा घुसवायला लागली. हे काम अजिबातच सोपं नव्हतं, पण शेवटी एकदाचं तिला जमलं.

''हॅलो, हॅलो, हॅलो!'' चिमणीतून पोपट म्हणाला. ''हॅलो, हॅलो!''

''ए वेड्या, गप रे!'' ती म्हणाली आणि हातांना लागलेली राख आणि काजळी धुवायला निघून गेली.

संध्याकाळी नेहमीप्रमाणे आईबाबा, मटिल्डा आणि तिचा भाऊ बैठकीच्या खोलीत टीव्हीसमोर बसून जेवत होते. तेवढ्यात जेवणाच्या खोलीतून स्पष्ट आणि खणखणीत आवाजात कोणीतरी म्हणालं, ''हॅलो, हॅलो, हॅलो!''

'हॅरी!' आई किंचाळली. ती पांढरीफटक पडली होती. ''आपल्या घरात कोणीतरी आहे! मी आवाज ऐकला!''

‘‘हो, मीसुद्धा!’’ भाऊ ओरडला. मटिल्डाने पटकन उडी मारत टीव्ही बंद केला आणि ती म्हणाली, ‘‘श्शऽऽ! ऐका!’’

सगळे जण जेवायचं थांबून कान देऊन ऐकू लागले. भीतीने सगळे अगदी ताठरले होते.

‘‘हॅलो, हॅलो, हॅलो!’’ पुन्हा तो आवाज म्हणाला.

‘‘बघा, आला पुन्हा!’’ मटिल्डाचा भाऊ ओरडला.

‘‘चोर आहेत, चोर!’’ मटिल्डाची आई कुजबुजली. ‘‘ते जेवणाच्या खोलीत शिरलेत.’’

‘‘हो, मलाही तसंच वाटतंय,’’ बाबा जागच्या जागी खिळून म्हणाला.

‘‘मग जा आणि पकड त्यांना, हॅरी!’’ आई रागाने कुजबुजली. ‘‘जा आणि त्यांना रंगेहाथ पकड!’’

बाबा जागचा हलला नाही. त्याला पुढे होऊन हिरो बनायची अजिबातच हौस दिसत नव्हती. त्याचा चेहरा काळवंडला होता.

‘‘अरे, जा ना,’’ आई परत म्हणाली. ‘‘ते चांदीच्या वस्तू चोरायला आले असतील!’’

तिच्या नवऱ्याने अस्वस्थपणे नॅपकिनला तोंड पुसलं. मग तो म्हणाला, ‘‘आपण सगळेच एकत्र जाऊन पाहू या ना.’’

‘ठीकाय, चला मग,’’ भाऊ म्हणाला. ‘‘आई, चल.’’

‘‘ते नक्कीच जेवणाच्या खोलीत आहेत,’’ मटिल्डा कुजबुजली. ‘‘माझी खात्री आहे.’’

आईने शेकोटीच्या शेजारची लोखंडी कांब उचलली. बाबाने कोपऱ्यात उभा करून ठेवलेला गोल्फ-क्लब घेतला. भावाने प्लग ओढून तिथलाच टेबललॅम्प उचलला आणि मटिल्डाने ती जेवत असलेली सुरीच घेतली. मग ते चौघंही हळूहळू जेवणाच्या खोलीच्या दिशेने सरकू लागले. बाबा तर सगळ्यांच्या मागून येत होता.

‘‘हॅलो, हॅलो, हॅलो,’’ पुन्हा आवाज आला.

‘चला!’ असं ओरडत, आपली सुरी फिरवत मटिल्डा धाडकन त्या खोलीत शिरली. ‘‘मारा त्यांना! आम्ही पकडलंय तुम्हाला!’’ ती ओरडली. बाकीचेही आपापली शस्त्रं फिरवत तिच्या मागोमाग आत आले. मग ते थबकले. त्यांनी खोलीभर नजर फिरवली. तिथे तर कोणीच नव्हतं.

''इथे तर कोणीच नाहीये,'' बाबा हायसं वाटून म्हणाला.

''मी त्याचा आवाज ऐकला, हॅरी!'' आई किंचाळली. ती थरथर कापत होती. ''मी अगदी स्पष्ट ऐकला तो आवाज! आणि तूसुद्धा ऐकलास!''

''मीसुद्धा ऐकला, नक्की!'' मटिल्डा ओरडली. ''तो इथेच कुठेतरी असणार,'' असं म्हणून ती सोफ्याच्या आणि पडद्यांच्या मागे शोधायला लागली.

तेवढ्यात परत तो आवाज आला. मात्र आता तो हळू आणि गूढ-भयानक होता. ''हाडांचा खुळखुळा कर माझ्या,'' तो आवाज म्हणाला. ''हाडांचा खुळखुळा कर माझ्या!''

मटिल्डा चांगल्या प्रकारे नाटक वठवत असल्याने तिच्यासकट सगळ्यांनी दचकून उडी मारली. त्यांनी इकडेतिकडे नजर फिरवली. अजूनही खोलीत कोणीच नव्हतं.

''हे भूत आहे,'' मटिल्डा म्हणाली.

''वाचव रे देवा!'' असं ओरडत आईने तिच्या नवऱ्याची मानगूटच पकडली.

''मला माहितेय, हे भूतच असणार!'' मटिल्डा म्हणाली. ''मी आधीसुद्धा याचा आवाज ऐकलाय. ही खोली पछाडलेली आहे! मला वाटलं होतं की तुम्हाला ते माहीत असेल.''

'वाचऽऽव!' आई किंचाळली. तिच्या हातांच्या पकडीत बाबाचा जवळपास गळाच दाबला गेला.

''मी तर इथून बाहेर जातोय,'' बाबा म्हणाला. त्याचा चेहरा काळाठिक्कर पडला होता. ते सगळे खोलीचं दार धाडकन लावत बाहेर पळाले.

दुसऱ्या दिवशी दुपारी मटिल्डाने कसाबसा त्या पोपटाचा पिंजरा चिमणीतून खाली ओढला. पोपट काजळीमुळे जरा काळाकाळा झाला होता आणि रागावला होता. कोणाच्याही नजरेस न पडता ती त्याला घेऊन मागच्या दाराने बाहेर पडली. मग पळत पळतच ती फ्रेडच्या घरी गेली.

''नीट वागला ना हा?'' फ्रेडने विचारलं.

''होऽऽ, आम्हाला खूप मजा आली त्याच्याबरोबर,'' मटिल्डा म्हणाली. ''माझ्या आईबाबांना तर तो फारच आवडला.''

५

अंकगणित

आपले आईबाबा छान, प्रेमळ, आपल्याला समजून घेणारे, हुशार आणि आदरणीय असावेत असं मटिल्डाला फार फार वाटे. पण ते यापैकी काहीच नव्हते ही खरी गोष्ट होती आणि तिला ती तशीच स्वीकारावी लागली होती. पण ते सहन करणं काही सोपं नव्हतं. दर वेळी आई किंवा बाबा किंवा दोघंही तिच्याशी क्रूरपणे वागले की त्यांना शिक्षा द्यायचा जो नवा खेळ तिने शोधून काढला होता, त्यामुळे तिचं आयुष्य जरातरी सुसह्य झालं होतं.

इतकी पिटुकली आणि वयानेही इतकी लहान असल्यामुळे घरातल्या कोणाच्याहीपेक्षा जास्त शक्ती मटिल्डाकडे अर्थातच नव्हती, पण तिच्याकडे त्यांच्यापेक्षा वरचढ अशी एक गोष्ट होती, ती म्हणजे तिची बुद्धी. केवळ त्या हुशारीच्या जोरावर तिला घरच्यांपेक्षा कितीतरी गोष्टी जास्त चांगल्या करता यायच्या. पण कितीही झालं तरी कोणत्याही कुटुंबातल्या पाच वर्षांच्या मुलीला जसं सांगितलं जातं तसं वागावंच लागतं, मग तिला दिलेल्या आज्ञा कितीही मूर्खपणाच्या का असेनात. त्यामुळेच मटिल्डाला रोज रात्रीचं जेवण त्या भयंकर टीव्हीसमोर बसून मांडीवर ताटली ठेवूनच खावं लागे. तसंच, तिला शनिवार-रविवार सोडून इतर दिवशी दुपारी घरात एकटीलाच थांबावं लागे. आणि जेव्हा जेव्हा तिला 'गप्प बस' असं म्हटलं जाई तेव्हा तेव्हा तिला खरोखरच चूप बसावं लागे.

एकाच गोष्टीमुळे मटिल्डाला त्या घरात वेड लागलं नाही. ते म्हणजे वेगवेगळ्या कल्पना लढवून घरातल्यांना उत्तमोत्तम शिक्षा देणं! आणि यातली छान गोष्ट ही होती की काही दिवसांपुरतं का होईना, पण या शिक्षांनी बरोब्बर हवं ते साध्य व्हायचं. खासकरून तिचा बाबा मटिल्डाच्या 'जादूई औषधा'चा डोस मिळाल्यानंतर बरेच दिवस कमी गर्विष्ठासारखा वागायचा आणि बराच सुसह्य वाटायचा.

चिमणीतल्या पोपटाच्या प्रसंगानंतर मटिल्डाचे आईबाबा बरेच नरमले होते आणि आठवड्यापेक्षाही जास्त दिवस ते आपल्या लहानग्या मुलीशी बरेच सभ्यपणे वागत होते. पण अरेरे!! हे फार काळ टिकणार नव्हतं. एका संध्याकाळी बैठकीच्या खोलीत पुन्हा एकदा बाबाच्या रागाचा भडका उडाला. मिस्टर वर्मवुड नुकताच कामावरून घरी परतला होता. मटिल्डा आणि तिचा भाऊ सोफ्यावर शांतपणे बसून आईने जेवणाच्या ताटल्या आणायची वाट बघत होते. टीव्ही अजून चालू केलेला नव्हता.

भडक चौकडीचा सूट आणि पिवळा टाय घालून मिस्टर वर्मवुड खोलीत अवतरला. भडक केशरी आणि हिरव्या रंगाच्या चौकडीचा तो भयानक सूट बघून पाहणाऱ्याचे डोळेच फिरत होते. घोड्यांच्या शर्यतीतला एखादा फालतू सट्टेबाज आपल्या मुलीच्या लग्नाबिग्नात जसा तयार होईल तसा तो दिसत होता. आणि आज तो स्वतःवर फारच खूश वाटत होता. खुर्चीत बसून हातावर हात चोळत तो मोठ्याने आपल्या मुलाला म्हणाला, ''ऐकलंस का बेटा! तुझ्या बापाने आज खूपच नफा कमावलाय. आज सकाळपेक्षा आत्ता संध्याकाळी मी जास्त श्रीमंत बनलोय. तुझ्या बापाने पाच गाड्या विकल्या! पाचपेक्षा एकही कमी नाही! आणि प्रत्येक गाडीत दाबून नफा! गियर बॉक्समध्ये भुसा भरला, स्पीडोमीटरच्या केबलला ड्रिल लावलं, इथे तिथे उडालेला रंग नीट केला आणि माझ्या आणखीही काही डोकेबाज युक्त्या केल्या... आणि गाड्या विकत घ्यायला बावळटांच्या उड्या पडत होत्या!''

त्याने खिशातून एक कागद काढून तो नीट निरखला. ''ऐक बेटा,'' मुलाकडेच लक्ष देत, मटिल्डाकडे पूर्ण दुर्लक्ष करत तो म्हणाला, ''एक दिवस तू माझ्या सोबत या धंद्यात उतरशील, ते पाहता तुला दिवसाच्या शेवटी झालेल्या नफ्याचं गणित करता यायलाच हवं. जा, एक वही आणि पेन्सिल घेऊन ये आणि आपण बघू या तुझी हुशारी!''

आज्ञाधारकपणे मुलगा खोलीतून बाहेर गेला आणि वही–पेन्सिल घेऊन आला.

हातातल्या कागदावरून वाचत बाबा म्हणाला, ''हे आकडे लिहून घे. पहिली गाडी मी २७८ पौंडांना विकत घेतली आणि १४२५ पौंडांना विकली. लिहिलंस?''

दहा वर्षांच्या मायकलने ते दोन्ही आकडे सावकाश आणि काळजीपूर्वक लिहिले.

''दुसरी गाडी मला ११८ पौंडांना पडली आणि मी ती ७६० पौंडांना विकली. कळलं?''

''हो बाबा,'' तो म्हणाला. ''लिहिलंय मी बरोबर.''

“‘तिसरी गाडी मला १११ पौंडांना पडली आणि मी ती ९९९ पौंड ५० पेन्सना विकली.’’

“‘परत सांग,’’ मुलगा म्हणाला. “‘कितीला विकली?’’

“‘९९९ पौंड ५० पेन्सना विकली,’’ बाबा म्हणाला. “‘आणि गिऱ्हाइकांना गंडवायची ही माझी आणखी एक युक्ती आहे बरं का. कधीच मोठा पूर्ण आकडा सांगायचा नाही. जऽऽरा कमी सांगायचा. म्हणजे कधीच १००० पौंड म्हणायचं नाही, तर ९९९.५० सांगायचं. ऐकताना ती रक्कम कमी वाटते, पण प्रत्यक्षात नसते. हुशार आहे की नाही मी?’’

‘हो,’ मुलगा म्हणाला. “‘बाबा, तू फारच हुशार आहेस रे!’’

“‘चौथी गाडी मी ८६ पौंडांना विकत घेतली; फारच खटारा होती ती; आणि ती मी ६९९.५० पौंडांना विकली.’’

“‘इतकं भरभर नको सांगूस,’’ आकडे लिहीत मुलगा म्हणाला. “‘हं, आता झालं.’’

“‘पाचवी गाडी मला ६३७ पौंडांना पडली आणि मी ती १६४९.५० पौंडांना विकली. बेटा, सगळे आकडे लिहिलेस ना?’’

“‘हो बाबा,’’ वहीवर वाकून लक्षपूर्वक लिहीत मुलगा म्हणाला.

“‘शाबास. आता प्रत्येक गाडीवर मी किती नफा कमावला त्याचं गणित कर आणि मग त्यांची बेरीज कर. म्हणजे तुझ्या या हुशार बापाने

आजच्या दिवसात एकूण किती पैसे कमावले ते तुला मला सांगता येईल,'' बाबा म्हणाला.

''खूपच गणित करावं लागेल,'' मुलगा म्हणाला.

''हो, म्हणजे काय!'' बाबा उत्तरला. ''पण जेव्हा तू माझ्यासारखा एखाद्या मोठ्या धंद्यात असशील तेव्हा तुला अंकगणित कसं फटाफट जमलं पाहिजे. माझ्या डोक्यात तर कम्प्यूटरच आहे, माहितेय! मला दहा मिनिटंसुद्धा लागली नाहीत हे सगळं गणित करायला.''

''म्हणजे, बाबा तू हे सगळं मनातल्या मनात केलंस?'' मुलाने डोळे विस्फारून विचारलं.

''नाही, अगदी तसं नाही,'' बाबा म्हणाला. ''असं तोंडी तर कोणालाच नाही करता येणार. पण मी पटकन केलं. तुझं गणित करून झालं की सांग माझा दिवसभराचा नफा किती ते. माझ्या कागदावर तो आकडा लिहिलेला आहे. मी तुला सांगेन तुझं गणित बरोबर आहे की नाही.''

मटिल्डा शांतपणे म्हणाली,''बाबा, तू ४३०३ पौंड आणि ५० पेन्स नफा मिळवलास.''

''मध्येमध्ये नाक खुपसू नकोस,'' बाबा म्हणाला. ''तुझा भाऊ आणि मी मोठमोठी आर्थिक गणितं करण्यात गुंतलोय.''

''पण बाबा...''

''गप्प बस! उगाच हुशार असल्याचा आव आणून अंदाज बांधणं बंद कर,'' बाबा म्हणाला.

''तुझं उत्तर बघ, बाबा,'' मटिल्डा सौम्यपणे म्हणाली. ''जर तुझं गणित बरोबर असेल तर उत्तर ४३०३.५० पौंडच यायला हवं. तेच उत्तर आलंय का तुझं, बाबा?''

बाबाने हातातल्या कागदावर नजर फिरवली. मग तो एकदम ताठ झाला. अगदी गप्प झाला. खोलीत शांतता पसरली. मग तो म्हणाला, ''पुन्हा सांग.''

''४३०३ पौंड आणि ५० पेन्स,'' मटिल्डा म्हणाली.

पुन्हा शांतता पसरली. बाबाचा चेहरा लालबुंद होऊ लागला होता.

''मला खात्री आहे हे उत्तर बरोबर आहे,'' मटिल्डा म्हणाली.

''लबाड... लबाड कुठची!'' मटिल्डाकडे बोट दाखवत बाबा अचानक ओरडला. ''तू माझ्या हातातला कागद बघितलास! मी लिहिलंय ते तू लबाडी करून बघितलंस!''

''बाबा, मी खोलीच्या दुसऱ्या टोकाला बसलेय. मी इथून कसं बघणार?'' मटिल्डा म्हणाली.

''मला फालतू कारणं देऊ नकोस!'' बाबा कडाडला. ''तू नक्कीच बघितलंस! तू बघितलं असणारच! जगातलं कोणीही असं एकदम उत्तर देऊ शकत नाही, एखादी मुलगी तर नाहीच नाही! तू अतिशय लबाड मुलगी आहेस! कळलं? लबाड आणि खोटारडी!''

त्याच क्षणी आई चौघांच्या जेवणाच्या ताटल्या ठेवलेला ट्रे घेऊन खोलीत आली. बिंगो खेळून येताना फिश ॲण्ड चिप्सच्या दुकानातून तिने तयार फिश आणि चिप्स आणल्या होत्या. तेच आजचं जेवण होतं. दुपारभर बिंगो खेळून ती बहुधा शरीराने आणि मनानेही इतकी दमून जायची की तिला संध्याकाळचं जेवण बनवायची ताकदच राहायची नाही. त्यामुळे टीव्हीसमोर बसून खायचं तयार जेवण एखाददिवशी तिने विकत आणलं नाही तर त्या दिवशी ती फिश ॲण्ड चिप्स आणणार हे ठरलेलंच असायचं. ''हॅरी, तुझा चेहरा इतका लालेलाल का दिसतोय?'' तिने टेबलावर ट्रे ठेवता ठेवता विचारलं.

''तुझी मुलगी एक नंबरची लबाड आणि खोटारडी आहे,'' आपली फिश ॲण्ड चिप्सची ताटली मांडीवर घेत बाबा म्हणाला. ''तो टीव्ही चालू करा आणि आता कोणी काही बोलणार नाही.''

६

चंदेरी केसांचा माणूस

बाबाने जो काही दुष्टपणा केला होता त्याबद्दल त्याला चांगली कडक शिक्षा द्यायला हवी याविषयी मटिल्डाच्या मनात काहीही शंका नव्हती. टीव्हीकडे दुर्लक्ष करत, ते भयानक चवीचे तळलेले मासे आणि तळलेल्या चिप्सचं जेवण करता करता मटिल्डाच्या डोक्यात अनेक शक्यतांनी फेर धरायला सुरुवात केली. झोपायला जाईपर्यंत तिची योजना ठरली होती.

दुसऱ्या दिवशी सकाळी ती लवकर उठली. बाथरूममध्ये जाऊन तिने दार आतून बंद केलं. आपल्याला माहीतच आहे की मिसेस वर्मवुडचे केस चंदेरी रंगात रंगवलेले असत. सर्कसमधल्या उंच दोरीवरून चालणाऱ्या त्या मुलींचे कपडे कसे चमचम करणारे असतात, अगदी तसेच तिचे केस चमकदार चंदेरी असायचे. ती वर्षातून दोनदा पार्लरमध्ये जाऊन केस रंगवण्याचा मोठ्ठा कार्यक्रम पार पाडायची. पण तिला ते पुन्हा पुन्हा चमकदार चंदेरी करायचे असत तेव्हा दर महिन्याला किंवा अध्येमध्येसुद्धा ती 'प्लॅटिनम ब्लॉण्ड हेअर-डाय एक्स्ट्रा स्ट्रॉंग' असं लिहिलेल्या बाटलीतलं द्रव्य बेसिनमध्ये घालून त्यात केस धुवायची. त्यामुळे मुळांपाशी पुन्हा तपकिरी होणाऱ्या केसांनाही चंदेरी रंग चढायचा. बाथरूममधल्या कपाटात ती 'प्लॅटिनम ब्लॉण्ड हेअर-डाय एक्स्ट्रा स्ट्रॉंग'ची बाटली ठेवलेली होती. त्या लेबलवर नावाखाली लिहिलं होतं, 'सावधान. हे पेरॉक्साइड आहे. लहान मुलांपासून लांब ठेवा.' मटिल्डाने कितीतरी वेळा कुतुहलाने ते वाचलेलं होतं.

मटिल्डाच्या बाबाचे केस छान दाट आणि काळेभोर होते. त्यांचा तो मध्ये भांग पाडायचा. आपल्या केसांविषयी त्याला फारच अभिमान होता.

''छान दाट आणि मजबूत केस हे चांगल्या बुद्धिमान मेंदूचं लक्षण असतं,'' असं त्याला नेहमी म्हणायला आवडायचं.

'शेक्सपिअरसारखं,' मटिल्डा एकदा त्याला म्हणाली होती.

'कोण?'

''शेक्सपिअर, बाबा.''

''तोसुद्धा बुद्धिमान होता का?''

''हो, बाबा, खूप.''

''त्याचे केसही दाट होते वाटतं?''

''तो टकलू होता, बाबा.''

''शहाण्यासारखं बोलता येत नसेल तर तोंड बंद ठेव तुझं,'' त्यावर बाबाने झापलं होतं.

असो. तर बाबा रोज त्याच्या केसांना 'ऑइल ऑफ व्हॉयलेट्स हेअर टॉनिक' नावाचं तेल चोपडायचा. त्याला वाटायचं की त्यानेच त्याचे केस चमकदार आणि मजबूत राहतात. या जांगळ्या रंगाच्या, घाणेरडा वास येणाऱ्या तेलाची बाटली बाथरूममधल्या बेसिनच्या वरच्या शेल्फात, दात घासायच्या ब्रशेसशेजारी ठेवलेली असायची. रोज दाढी करून झाली

की बाबा या 'ऑइल ऑफ व्हॉयलेट्स'ने डोक्याला जोरजोरात मालीश करायचा. मालीशही नुसतं नाही, तर ते करताना तो जोरजोरात श्वास घ्यायचा, मध्येमध्ये मोठ्याने हुंकार भरायचा आणि 'व्वा! आता कसं!', 'अहाहाहा!', 'मुळांपर्यंत जिरव!', 'व्वा, काय तेल आहे!' असंही अधूनमधून ओरडत असायचा. मटिल्डाची खोली समोरच असल्याने तिला ते तिथपर्यंत ऐकू जायचं.

सकाळी लवकर आसपास कोणीच नसल्याने बाथरूममध्ये जाऊन मटिल्डाने बाबाची तेलाची बाटली उघडून त्यातलं निम्मं-अधिक तेल बेसिनमध्ये ओतून टाकलं. मग तिने तेलाच्या बाटलीत आईचा 'प्लॅटिनम ब्लॉण्ड हेअर-डाय एक्स्ट्रा स्ट्राँग' ओतला. तिने तेलाच्या बाटलीत मुद्दामच थोडं तेल शिल्लक ठेवलं, म्हणजे जेव्हा तिने बाटली चांगली हलवली तेव्हा त्या सगळ्या द्रव्याला बऱ्यापैकी जांभळा रंग आला. मग तिने तेलाची बाटली काळजीपूर्वक शेल्फवर ठेवून दिली आणि आईच्या केसांच्या रंगाची बाटली कपाटात ठेवली. चला, इथपर्यंतचं तरी सगळं नीट जमलं होतं.

नाश्त्याच्या वेळी जेवणाच्या टेबलाशी शांतपणे बसून मटिल्डा कॉर्नफ्लेक्स खात होती. तिचा भाऊ तिच्या समोर दरवाजाकडे पाठ करून बसला होता. तो पीनट बटर आणि स्ट्रॉबेरी जॅम लावलेल्या पावाच्या स्लाइस बकाबका खात होता. आई स्वयंपाकघरात मिस्टर वर्मवुडचा नाश्ता बनवण्यात गुंतली होती. त्याला रोज भाजलेल्या पावाशी दोन फ्राइड अंडी, तीन पोर्क सॉसेजेस, बेकनच्या तीन पट्ट्या आणि तळलेले टोमॅटो लागायचे.

तेवढ्यात मिस्टर वर्मवुड आवाज करतच जेवणाच्या खोलीत शिरला. त्याला शांतपणे, आवाज न करता खोलीत येताच येत नसे. खासकरून नाश्त्याच्या वेळी तर नाहीच नाही. खूप आवाज, गोंधळ करून आपण आल्याचं सगळ्यांना कळलं पाहिजे असं त्याला वाटत असे. जणू तो म्हणत असे, ''मी आलोय! मी किती थोर आहे बघा! मी या घराचा मालक आहे, मी कमावता आहे! माझ्यामुळे तुम्हा सगळ्यांना इतकं छानछौकीत राहता येतं! माझ्याकडे लक्ष द्या आणि मला आदराने वागवा!''

त्या दिवशी तो तरातरा चालत आत आला आणि मुलाच्या पाठीवर थाप मारत मोठ्याने म्हणाला, ''बेटा, तुझा बाप आजही गॅरेजमध्ये जाऊन

भरपूर कमवायला तयार आहे बघ! माझ्याकडे काही सुंदर गाड्या तयार आहेत. मी आज सकाळीच जाऊन त्या बावळट लोकांना विकणार आहे. कुठे आहे माझा नाश्ता?''

''आणतेय, माझ्या राजा!'' मिसेस वर्मवुड स्वयंपाकघरातून म्हणाली.

मटिल्डा खाली मान घालून आपल्या कॉर्नफ्लेक्सच्या बशीकडेच बघत होती. वर डोकं करायची तिची हिंमतच होत नव्हती. पहिली गोष्ट म्हणजे आपल्याला काय बघायला मिळेल याची तिला अजिबात खात्री नव्हती, आणि दुसरी गोष्ट म्हणजे तिला अपेक्षित असलेलं दृश्य दिसलं असतं तर तिला चेहरा सरळ ठेवणं शक्यच झालं नसतं. तिचा भाऊ खिडकीबाहेर बघत पीनट बटर आणि स्ट्रॉबेरी जॅम लावलेले पाव तोंडात कोंबत होता.

बाबा टेबलाशी बसायला जाणार, इतक्यात अंडी, सॉसेजेस, बेकन आणि टोमॅटोने भरलेली भलीमोठी ताटली घेऊन आई स्वयंपाकघरातून बाहेर आली. तिने वर पाहिलं. तिला आपला नवरा दिसला. ती जागच्या जागीच खिळली. मग तिने किंकाळी फोडली आणि तिच्या उजव्या हातातून ताटली खाली पडून सगळं अन्न सांडलं. मिस्टर वर्मवुडसकट सगळ्यांनी दचकून जागच्या जागी उडीच मारली.

''ए बये, तुला काय झालं आता?'' तो ओरडला. ''कार्पेटवर केवढं सांडून ठेवलंस बघ जरा!''

"तुझे केस!" त्याच्या डोक्याकडे थरथरणारं बोट दाखवत आई किंचाळली. "तुझे केस बघ! काय केलंस तू तुझ्या केसांना?"

"अरे देवा, आता माझ्या केसांना काय झालं?" तो म्हणाला.

"बाऽऽऽप रे! बाबा, तू तुझ्या केसांचं असं काय केलंयस?" त्याचा मुलगा ओरडला.

जेवणाच्या खोलीत गोंगाटाचं एक सुंदर नाटक मस्तपैकी साकारत होतं.

मटिल्डा काहीच बोलली नाही. आपणच केलेल्या कृत्याचा कसा मस्त परिणाम झालाय हे कौतुकाने बघत ती नुसती बसून राहिली. मिस्टर वर्मवुडचे काळे कुळकुळीत केस आता घाणेरड्या चंदेरी रंगाचे झाले होते. सर्कसमधल्या त्या उंच दोरीवरून चालणाऱ्या मुलींचे कपडे खूप दिवस धुतलेच नाहीत तर कशा रंगाचे होतील, तसा तो रंग होता.

''तू... तू... केस रंगवलेस!'' आई किंचाळली. ''अरे वेड्या, का केलंस असं! किती भयंकर दिसतंय ते! अगदी भयानक! तू फारच विचित्र दिसतोयस!''

''काय बकबक चालवलीये तुम्ही सगळ्यांनी?'' दोन्ही हातांनी आपले केस चाचपत बाबा ओरडला. ''मी मुळीच केस रंगवले नाहीयेत! काय बोलतीयेस तू? काय झालंय माझ्या केसांना? काहीतरी मूर्खासारखा विनोद तर करत नाही आहात ना?'' बाबाचा चेहरा खराब झालेल्या सफरचंदासारखा हिरवट दिसू लागला होता.

''बाबा, तू नक्कीच केस रंगवले असणार,'' मुलगा म्हणाला. ''आईच्याच रंगाचे केस झालेत तुझे, फक्त जास्त घाणेरडे दिसतायत.''

''त्याने रंगवले आहेतच!'' आई ओरडली. ''केस असे स्वतःचे स्वतः थोडीच रंग बदलणारेत! काय करायला बघत होतास तू? तुला काय देखणं वगैरे दिसायचं होतं की काय? म्हाताऱ्या बाईमध्ये अर्धवट रूपांतर झाल्यासारखा दिसतोयस तू!''

''मला आरसा द्या!'' बाबा ओरडला. ''तिथे नुसते उभे राहून किंचाळू नका! मला आरसा द्या!!''

टेबलाच्या दुसऱ्या कोपऱ्यात आईची पर्स पडली होती. ती उघडून तिने पावडर कॉम्पॅक्टची डबी काढली. त्याच्या झाकणात लहानसा गोल आरसा होता. ती डबी उघडून तिने बाबाला दिली. त्याने ती खसकन ओढून घेतली आणि चेहऱ्यासमोर धरली. ते करता करता बरीचशी पावडर त्याच्या भडक रंगाच्या महागड्या जॅकेटवरच सांडली.

''अरे, अरे, जपून!'' आई किंचाळली. ''आता बघ काय करून ठेवलंस! 'एलिझाबेथ आर्डन'ची ही माझी सगळ्यात भारीतली पावडर होती!''

''अरे देवाऽऽ!'' बाबा त्या आरशात बघत ओरडला. ''हे काय झालंय माझं! किती भयंकर दिसतोय मी! मी तुझ्यासारखा होता होता मध्येच काहीतरी बिघडल्यासारखा दिसतोय! अशा अवतारात मी गॅरेजमध्ये जाऊन गाड्या नाही विकू शकत! हे असं कसं झालं?'' असं म्हणून त्याने खोलीभर नजर फिरवली. पहिल्यांदा त्याने आईकडे पाहिलं, मग आपल्या मुलाकडे आणि मग मटिल्डाकडे. ''असं होऊच कसं शकतं?'' तो पुन्हा किंचाळला.

''बाबा, मला वाटतं की तू नीट बघितलं नसशील आणि तुझ्या तेलाच्या बाटलीऐवजी आईच्या केसांच्या रंगाची बाटली घेतली असशील,'' मटिल्डा शांतपणे म्हणाली.

''हांऽऽ, नक्कीच असं घडलं असणार,'' आई मोठ्याने म्हणाली. ''खरंच, हॅरी! तू इतका बावळटपणा कसा काय करू शकतोस? बाटली उलटी करून केसांना चोपडण्यापूर्वी तू नीट लेबल नाही बघू शकत!

माझ्या केसांचा रंग फारच कडक असतो. बेसिनभरून पाण्यात फक्त एक चमचाभर रंग घालायचा असतो. आणि तू तर ते थेट बाटलीतून डोक्यावर ओतून ठेवलंयस! मला तर वाटतं तुझे सगळे केस गळून पडणारेत. सोन्या, डोक्याची आग होतेय का तुझ्या?''

''म्हणजे... म्हणजे तुझं काय म्हणणं आहे? माझ्या डोक्यावरचे सगळे केस गळून जाणार?'' बाबा घाबरून ओरडला.

''हो, मला वाटतं,'' आई म्हणाली. ''पेरॉक्साइड खूपच भयंकर रसायन असतं. संडास साफ करताना जंतूनाशक म्हणून तेच तर वापरतात. फक्त तेव्हा त्याला काहीतरी वेगळं नाव देतात.''

''काय बडबडतीयेस तू! मी काय संडासाचं भांडं आहे का! मला मुळीच स्वतःला निर्जंतुक करून घ्यायचं नाहीये!'' तिचा नवरा ओरडला.

''मी तर ते भरपूर पाण्यात मिसळून वापरते, तरी माझे बरेच केस गळतात. त्यामुळे तुझ्या केसांचं काय होणारे देवासच ठाऊक. तुझ्या डोक्याचा अख्खा वरचा भागच कसा सोलवटून निघाला नाही याचंच मला आश्चर्य वाटतंय!''

''मी काय करू आता?'' बाबा रडवेल्या आवाजात म्हणाला. ''केस गळायला लागायच्या आधी सांग मला पटकन की मी काय करू?''

मटिल्डा म्हणाली, ''बाबा, मी जर तुझ्या जागी असते तर साबण आणि पाण्यानी केस चांगले धुतले असते. पण तुला पटकन जावं लागेल.''

''त्याने रंग धुतला जाईल का?'' बाबाने काळजीच्या सुरात विचारलं.

''अरे रंग कसा निघून जाईल, मूर्खा!'' आई म्हणाली.

''मग मी काय करू? अशा अवतारात मी सगळीकडे फिरू शकत नाही कायमचा!''

''तुला केसांना काळा रंग लावून घ्यावा लागेल,'' आई म्हणाली. ''पण आधी केस नीट धू, जा. नाहीतर काळे करायला केसच उरणार नाहीत डोक्यावर.''

'हो!' असं ओरडतच बाबा पळाला. ''तुझ्या त्या पार्लरमध्ये जाऊन केस काळे करण्यासाठी आत्ताच्या आत्ता माझी अपॉइंटमेंट घेऊन ठेव! त्यांना सांग– अगदी तातडीने हवीय! दुसऱ्या कोणाचीतरी अपॉइंटमेंट रद्द करून माझं नाव घाला म्हणावं. मी आता केस धुवायला जातोय!'' इतकं

बोलून तो खोलीतून बाहेर पळाला. मिसेस वर्मवुडने लांबलचक सुस्कारा सोडला आणि ती पार्लरला फोन करायला निघाली.

''आई, अधूनमधून बाबा अगदी वेड्यासारखं काहीतरी करतो, हो ना?'' मटिल्डा म्हणाली.

फोन नंबर फिरवता फिरवता आई म्हणाली, ''पुरुषांना ते जितके हुशार आहेत असं वाटत असतं ना, तितके ते नेहमी नसतात. तू जरा मोठी होशील ना, तेव्हा तुला समजेल हे, बेटा.''

७

मिस हनी

मटिल्डाला शाळेत घालायला अंमळ उशीरच झाला होता. जवळपास सगळीच लहान मुलं पाचव्या वर्षी किंवा त्याच्याही जरा आधीच प्राथमिक शाळेत जातात. पण मटिल्डाचे आईबाबा आपल्या मुलीच्या शिक्षणाबाबत इतके बेफिकीर होते, की ते तिला योग्य वेळी शाळेत घालायला विसरूनच गेले. त्यामुळे ती पहिल्यांदा शाळेत गेली तेव्हा चांगली साडेपाच वर्षांची झाली होती.

'क्रन्चम हॉल प्रायमरी स्कूल' ही गावातली लहान मुलांची शाळा एका अतिशय उदासवाण्या विटांच्या इमारतीत भरायची. पाच ते बारा वयोगटातली साधारण अडीचशे मुलं तिथे जायची. शाळेची मुख्याध्यापिका, तिथली 'बॉस', तिथली 'सर्वोच्च सेनापती' होती एक भीतिदायक मध्यमवयीन बाई! तिचं नाव होतं मिस ट्रन्चबुल.

मटिल्डाला अर्थातच सगळ्यात खालच्या वर्गात बसवण्यात आलं. तिच्या वर्गात तिच्याच वयाची आणखी अठरा मुलंमुली होती. त्यांची शिक्षिका, मिस हनी तेवीस-चोवीस वर्षांची तरुणी होती. अंडाकृती चेहरा, फिकटलेला वर्ण, निळे डोळे आणि फिकट तपकिरी केसांची मिस हनी खूप सुंदर होती. ती इतकी बारीक आणि नाजूक होती की असं वाटायचं, ही खाली पडली तर हिचे चिनी मातीच्या बाहुलीसारखे तुकडेतुकडे होतील की काय!

मिस जेनिफर हनी सौम्य आणि शांत स्वभावाची होती. ती कधीच आवाज चढवून बोलायची नाही आणि फारशी हसायचीसुद्धा नाही. पण तिच्यात अशी काहीतरी जादू होती, की वर्गातल्या प्रत्येक मुलामुलीला ती खूप आवडायची. मुलांना जेव्हा आयुष्यात पहिल्यांदाच शाळेच्या वर्गात पाठवलं जातं आणि शिक्षकांच्या सांगण्याचं पालन करायला सांगितलं जातं तेव्हा ती लहानगी मुलं किती घाबरून आणि गोंधळून जातात ते मिस हनीला अगदी नीट समजायचं. एखाद्या गोंधळलेल्या आणि घरच्या आठवणीने व्याकूळ झालेल्या नव्या मुलाशी ती बोलायची तेव्हा तिच्या चेहऱ्यावर आपुलकी आणि प्रेमळपणाची ऊब जाणवायची.

मुख्याध्यापिका मिस ट्रन्चबुल मात्र एक वेगळंच प्रकरण होतं. ती एक अवाढव्य अशी भीतिदायक बाई होती. ती एक जुलमी राक्षसच होती आणि शाळेतली मुलं आणि इतर शिक्षकसुद्धा तिच्या दहशतीखाली असायचे. तिला लांबून पाहिलं तरी तिच्यापासून आपल्याला काहीतरी धोका आहे हे जाणवायचं. आणि ती जवळ आली की तर जणू लालेलाल तापलेल्या लोखंडातून कशी उष्णता जाणवते, तसा संताप तिच्यामधून बाहेर पडतोय असं वाटायचं. मिस ट्रन्चबुल सरळ चालायची नाहीच, कायम दाणदाण पाय आपटत चाल करून यायची. मोठमोठ्या ढांगा टाकत आणि हात दोन्ही बाजूंना मागेपुढे हलवत ती एखाद्या सैनिकासारखी जेव्हा कॉरिडॉरमधून चालायची, तेव्हा कुत्सितपणे तिने केलेली फुरफुर तुम्हाला लांबूनही ऐकू यायची. जर मुलांचा एखादा घोळका तिच्या वाटेत आला तर ती एखाद्या रणगाड्यासारखी त्यांच्या मधून घुसून पुढे जायची आणि ती मुलं तिच्या उजव्या-डाव्या बाजूला धडपडताना दिसायची. नशिबाने आपल्याला या जगात तिच्यासारखी माणसं फारशी भेटत नाहीत. पण अशी माणसं असतात बरं का, आणि आपल्यापैकी प्रत्येकाला आयुष्यात एकदातरी असं कोणीतरी भेटण्याची शक्यता असतेच. जर तुम्हाला असं कोणी भेटलंच, तर जंगलात चिडलेला गेंडा समोरून आल्यावर तुम्ही जे कराल तेच करायचं. म्हणजे सगळ्यात जवळच्या झाडावर चढून बसायचं आणि तो गेंडा दिसेनासा होईपर्यंत अजिबात खाली उतरायचं नाही. ही जी बाई होती, ती इतकी विक्षिप्त होती आणि तिचा अवतारही इतका विचित्र असायचा, की त्याचं वर्णन करणं जवळपास अशक्यच आहे. पण तरी जरा वेळाने मी तसा प्रयत्न करणार आहे. पण या क्षणी तिला जरा बाजूला ठेवू या आणि मटिल्डाचा शाळेतला पहिला दिवस आणि मिस हनी यांच्याकडे वळू या.

रोजच्याप्रमाणे सगळ्या मुलांची नावं घेऊन हजेरी घेतल्यानंतर, मिस हनीने प्रत्येक मुलाला नवंकोरं स्वाध्याय-पुस्तक दिलं.

''तुम्ही सगळ्यांनी आपापल्या पेन्सिली आणल्या असतील ना,'' मिस हनी म्हणाली.

''हो, मिस हनी,'' मुलं एकसुरात उत्तरली.

''छान. आता, तुमच्या प्रत्येकाचा हा शाळेतला अगदी पहिला दिवस आहे. तुम्हाला किमान अकरा लांबलचक वर्षं शाळेत शिकायचं आहे. आणि त्यातली सहा वर्षं याच क्रन्चम हॉलमध्ये शिकायचं आहे. तुम्हाला माहीतच आहे की मिस ट्रन्चबुल या तुमच्या मुख्याध्यापिका आहेत. तुमच्याच भल्यासाठी मी मिस ट्रन्चबुलविषयी काही गोष्टी तुम्हाला सांगणार आहे. त्यांना शाळेत कडक शिस्तीचं वातावरण आवडतं. आणि माझं ऐकाल, तर त्यांच्या समोर अगदी नीट आणि जपून वागा. त्यांच्याशी कधीही वाद घालू नका. कधीच उलट उत्तर देऊ नका. नेहमी त्या सांगतील तेच

करा. एकदा का तुमच्याबद्दल त्यांचं मत वाईट बनलं, तर त्या मिक्सरमधून फिरवलेल्या गाजरासारखा तुमचा लगदा करून टाकू शकतात. लॅव्हेंडर, यात हसण्यासारखं काही नाहीये. चेहरा सरळ ठेव तुझा. तुम्ही शहाणे व्हा आणि नीट लक्षात ठेवा, की कोणी बेशिस्तपणा करून एक जरी पाऊल वेडंवाकडं टाकलं, तरी मिस ट्रन्चबुल खूप खूप खूप कठोरपणे शिक्षा करतात. समजलंय ना तुम्हाला, मी काय सांगतेय ते?''

''हो, मिस हनी,'' एकोणीस मुलांचे उत्सुक आवाज आले.

मिस हनी पुढे म्हणाली, ''माझ्या वर्गात असेपर्यंत तुम्हाला जास्तीतजास्त गोष्टी शिकायला मी मदत करीन. कारण तसं केल्याने पुढे जाऊन तुम्हाला शिकणं सोपं होईल हे मला माहितेय. उदाहरणार्थ, या आठवड्याच्या शेवटापर्यंत तुमच्यापैकी प्रत्येकाला दोनचा पाढा पाठ व्हावा अशी माझी अपेक्षा आहे. आणि या वर्षभरात तुम्हाला बारापर्यंतचे सगळे पाढे पाठ होतील अशी मला आशा आहे. जर तुम्ही ते पाठ केलेत तर तुमचाच खूप फायदा होईल. हं, तर... तमच्यापैकी कोणी दोनचा पाढा आधीच शिकलंय का?''

मटिल्डाने हात वर केला. वर्गात तिचा एकटीचाच हात वर झाला होता.

दुसऱ्या ओळीत बसलेल्या, गोल, गंभीर चेहऱ्याच्या, काळ्या केसांच्या त्या चिमुकल्या मुलीला मिस हनीने निरखून पाहिलं. ''अरे वा!'' ती म्हणाली. ''आता उभी राहून तुला येतो तेवढा पाढा म्हणून दाखवतेस?''

मटिल्डाने उभं राहून दोनचा पाढा म्हणायला सुरुवात केली. दोन गुणिले बारा चोवीस झालं तरी ती थांबली नाही. दोन गुणिले तेरा सव्वीस, दोन गुणिले चौदा अठ्ठावीस, दोन गुणिले पंधरा तीस, दोन गुणिले सोळा...

'बास!' मिस हनी म्हणाली. मटिल्डा न अडखळता म्हणत होती आणि मिस हनी किंचित चकित होऊन ऐकत होती. मग ती म्हणाली, ''तुला हे कुठपर्यंत म्हणता येतं?''

'कुठपर्यंत?' मटिल्डा म्हणाली. ''अं... मिस हनी, मला खरं तर माहीत नाही. पण मला वाटतं अजून बरंच पुढे म्हणता येईल.''

मटिल्डाचं गमतीशीर उत्तर ऐकून मिस हनी काही क्षण काहीच बोलली नाही. मग ती म्हणाली, ''तुला असं म्हणायचंय का, की तुला दोन गुणिले अठ्ठावीस हेसुद्धा सांगता येईल?''

''हो, मिस हनी.''

''किती सांग?''

''छप्पन, मिस हनी.''

''आणखी अवघड असलं तर... म्हणजे दोन गुणिले चारशे सत्याऐंशी? तुला तेही सांगता येईल का?''

''मला वाटतं हो,'' मटिल्डा म्हणाली.

'नक्की?'

''होऽऽ, मिस हनी. नक्की.''

''सांग बरं मग... दोन गुणिले चारशे सत्याऐंशी किती होतात?''

''नऊशे चौऱ्याहत्तर,'' मटिल्डा क्षणार्धात म्हणाली. ती अगदी शांतपणे आणि विनयाने बोलत होती. तिच्या चेहऱ्यावर कुठेही गर्वाचा किंवा दिखाव्याचा लवलेशही नव्हता.

मिस हनी थक्क होऊन मटिल्डाकडे बघतच राहिली. पण ती जेव्हा पुढे बोलू लागली तेव्हा तिने आपल्याला वाटलेलं आश्चर्य आवाजातून जाणवू दिलं नाही. ''फारच छान, मटिल्डा,'' ती म्हणाली. ''पण मोठ्या आकड्यांपेक्षा दोनने गुणणं तसं सोपं असतं. बाकीच्या पाढ्यांचं काय? तुला इतरही कोणते पाढे येतात का?''

''मला वाटतं हो, मिस हनी. मला येतात.''

''कोणते, मटिल्डा? कुठपर्यंतचे पाढे येतात तुला?''

''अं... मला माहीत नाही. तुम्ही काय म्हणताय ते मला समजलं नाही,'' मटिल्डा म्हणाली.

''मी असं म्हणतेय, की तुला इतर पाढे म्हणजे उदाहरणार्थ तीनचा पाढा येतो का?''

''हो, मिस हनी.''

''आणि चारचा?''

‘‘हो, मिस हनी.’’

‘‘मटिल्डा, तुला येतात तरी किती पाढे? तुला बारापर्यंतचे सगळे पाढे येतात?’’

‘‘हो, मिस हनी.’’

‘‘बारी साती किती?’’

‘चौऱ्याऐंशी,’ मटिल्डा उत्तरली.

मिस हनी आपल्या खुर्चीत मागे रेलली. तिचं साधंसं टेबल आणि खुर्ची वर्गातल्या मुलांच्या समोर मध्यभागी ठेवलेली होती. मटिल्डाच्या आणि तिच्यातल्या संवादामुळे ती हादरली होती, पण तिने ते चेहऱ्यावर दिसू न द्यायची काळजी घेतली. इतक्या सहजतेने गुणाकार करणारं पाच वर्षांचंच काय दहा वर्षांचं मूलही मिस हनीने कधी पाहिलं नव्हतं.

‘‘तुम्ही सगळे ऐकताय ना,’’ ती वर्गातल्या मुलांना उद्देशून म्हणाली. ‘‘मटिल्डा खूप नशीबवान मुलगी आहे. मटिल्डाचे आईबाबा किती चांगले असतील, की त्यांनी तिला बरेच गुणाकार आणि पाढे आधीच शिकवले आहेत. मटिल्डा, तुला तुझ्या आईनं शिकवलंय का हे?’’

‘‘नाही, मिस हनी.’’

‘‘मग नक्कीच तुझ्या बाबाने शिकवलं असेल. खूपच हुशार शिक्षक दिसतायत ते.’’

‘‘नाही, मिस हनी,’’ मटिल्डा शांतपणे म्हणाली. ‘‘माझ्या बाबाने मला काही शिकवलं नाहीये.’’

‘‘तू हे सगळं स्वतःचं स्वतः शिकलीस असं म्हणायचंय तुला?’’

‘‘मला खरं तर नीटसं माहीत नाही,’’ मटिल्डाने खरंखरं कबूल केलं. खरं सांगू का, एका आकड्याला दुसऱ्या आकड्याने गुणणं मला फार अवघड वाटत नाही.’’

मिस हनीने मोठ्ठा श्वास घेतला आणि हळूहळू सुस्कारा सोडला. तेजस्वी डोळ्यांच्या त्या लहानशा मुलीकडे तिने पुन्हा पाहिलं. आपल्या बाकाशेजारी उभी असलेली ती मुलगी किती शहाणी आणि गंभीर वाटत होती. ‘‘तू म्हणालीस की तुला एका आकड्याला दुसऱ्या आकड्याने गुणणं फार अवघड वाटत नाही. म्हणजे कसं ते जरा समजावून सांगशील?’’

‘‘अरे बापरे! अं... मला माहीत नाही...’’

मिस हनी उत्तराची वाट बघत राहिली. वर्गात शांतता होती. सगळी मुलं ऐकत होती.

''म्हणजे, जर मी तुला चौदाला एकोणीसने गुणायला सांगितलं... नाही, नको, फारच अवघड होईल...'' मिस हनी म्हणाली.

''दोनशे सहासष्ट,'' मटिल्डा हळूच म्हणाली.

मिस हनी तिच्याकडे बघतच राहिली. मग तिने पेन्सिल घेऊन पटकन एका कागदावर गणित करून पाहिलं. ''किती म्हणालीस तू?'' तिने वर बघत विचारलं.

''दोनशे सहासष्ट,'' मटिल्डा म्हणाली.

मिस हनीने पेन्सिल खाली ठेवली. मग चश्मा काढून ती तो एका लहानशा कापडाने पुसायला लागली. तिच्याकडे बघत वर्गातली मुलं गप्पच होती. आता पुढे काय होतंय याची वाट सगळे बघत होते. मटिल्डा अजूनही तिच्या बाकाशेजारी उभी होती.

मिस हनी म्हणाली, ''मटिल्डा, मला सांग बरं... जेव्हा तू असा मोठा गुणाकार करतेस, तेव्हा तुझ्या डोक्यात नक्की काय चालतं ते मला सांगायचा प्रयत्न कर. तू नक्कीच काहीतरी गणित करत असणार, पण तू उत्तर तर क्षणार्धात देतेस. आत्ताचंच बघ ना... चौदा गुणिले एकोणीस....''

''मी... मी... मी फक्त मनात चौदा आकडा आणते आणि एकोणीसनं त्याला गुणते,'' मटिल्डा म्हणाली. ''हे आणखीन कसं समजावून सांगू ते मला कळत नाहीये. मी नेहमीच स्वतःला म्हणते, की एखादा छोटासा कॅल्क्युलेटर जर पटापट गणितं करतो तर मला का नाही जमणार?''

''हो, खरंच!'' मिस हनी म्हणाली. ''माणसाचा मेंदू ही एक अद्‌भुत चीज आहे.''

''मला वाटतं आपला मेंदू त्या धातूच्या गोळ्यापेक्षा खूप जास्त चांगला आहे,'' मटिल्डा म्हणाली. ''शेवटी कॅल्क्युलेटर म्हणजे धातूचा गोळाच तर असतो.''

"बरोबर आहे तुझं," मिस हनी म्हणाली. "आणि तसंही आपल्या शाळेत कॅल्क्युलेटर आणायला परवानगी नाहीये बरं का." मिस हनीला किंचित गरगरल्यासारखं होत होतं. आपण एका अद्भुत गणिती डोकं असलेल्या मुलीला भेटलोय याबद्दल आता तिच्या मनात शंका नव्हती. असामान्य बुद्धिमत्ता, अलौकिक देणगी असे शब्द तिच्या मनात घोळत होते. तिला माहीत होतं की जगात अशी आश्चर्यं अधूनमधून घडत असतात, पण अशी आत्यंतिक हुशार मुलं शंभरेक वर्षांत एक-दोन वेळाच जन्मतात. मोत्झार्ट पाच वर्षांचा असतानाच पियानोवर संगीतरचना बनवू लागला होता, आणि पुढे जाऊन तो कोण बनला आपल्याला माहीतच आहे.

"हे काही बरोबर नाही हं," लॅव्हेंडर म्हणाली. "हिला कसं सगळं जमतंय आणि आम्हाला का नाही?"

''काळजी करू नकोस, लॅव्हेंडर. तुम्ही सगळे थोड्याच दिवसांत सगळं शिकाल,'' मिस हनी म्हणाली खरी, पण आपण खोटं बोलतोय हे तिला कळत होतं.

या अद्भुत मुलीचं डोकं चालतं तरी कसं हे आणखी खोलात जाऊन बघण्याचा मोह मिस हनीला टाळता आला नाही. आपण सगळ्या वर्गाकडे लक्ष दिलं पाहिजे हे तिला कळत होतं, पण त्याच वेळी मटिल्डाविषयी वाटणारी उत्सुकता तिला गप्प बसू देत नव्हती.

मग सगळ्या वर्गालाच उद्देशून बोलल्याचं नाटक करत मिस हनी म्हणाली, ''हं, आता गणितं जरा बाजूला ठेवू या. मला सांगा, तुमच्यापैकी कोणी शब्दांचं स्पेलिंग शिकलंय का? 'कॅट' शब्दाचं स्पेलिंग ज्यांना ज्यांना येतं त्यांनी हात वर करा.''

तीन हात वर गेले. ते तिघं होते लॅव्हेंडर, नायजेल आणि मटिल्डा.

''नायजेल, कॅटचं स्पेलिंग सांग बरं.''

नायजेलने सांगितलं.

मग मिस हनीने एरवी पहिल्या दिवशी कधीही विचारला नसता असा एक प्रश्न विचारायचं ठरवलं. ''तुम्हाला तिघांना कॅट शब्दाचं स्पेलिंग येतं ना. आता मला सांगा, शब्दांच्या समूहाचं जेव्हा एखादं वाक्य तयार होतं, ते वाचायला तुम्ही शिकला आहात का?''

'हो,' नायजेल म्हणाला.

''मलासुद्धा येतं,'' लॅव्हेंडर म्हणाली.

मिस हनी फळ्यापाशी गेली आणि तिने पांढऱ्या खडूने इंग्रजीत वाक्य लिहिलं – I have already begun to learn how to read long sentences. तिने मुद्दामच अवघड वाक्य लिहिलं होतं आणि जगात हाताच्या बोटांवर मोजता येण्याइतक्याच पाच वर्षांच्या असामान्य बुद्धीच्या मुलांना ते वाचता येईल हे तिला माहीत होतं.

''मी काय लिहिलं आहे सांगतोस का नायजेल?'' तिने विचारलं.

''हे फारच अवघड आहे,'' नायजेल म्हणाला.

'लॅव्हेंडर?'

''पहिला शब्द आहे 'आय','' लॅव्हेंडर म्हणाली.

''तुमच्यापैकी कोणाला हे संपूर्ण वाक्य वाचता येतंय?'' मिस हनीने विचारलं. मटिल्डा 'हो' म्हणणार याची तिला खात्री होती आणि ती त्याचीच वाट पाहत होती.

'हो,' मटिल्डा म्हणाली.

''वाच बरं,'' मिस हनी म्हणाली.

मटिल्डाने मुळीच न अडखळता ते वाक्य वाचून दाखवलं.

''फारच छान,'' मिस हनी म्हणाली. खरं तर त्या उत्तराने तिला जितकं भारी वाटलं होतं त्याच्या एक टक्काच कौतुक तिने जाहीरपणे केलं. ''मटिल्डा, तुला किती वाचता येतं?''

''मला वाटतं मला जवळपास सगळंच वाचता येतं, मिस हनी,'' मटिल्डा म्हणाली. ''पण मला नेहमी सगळ्या वाक्यांचे अर्थ समजतातच असं नाही.''

मिस हनी उठली आणि वर्गाबाहेर गेली. तीसेक सेकंदांतच ती परतली. तिच्या हातात एक जाडजूड पुस्तक होतं. तिने असंच कोणतंतरी पान उघडलं आणि मटिल्डासमोर पुस्तक ठेवलं. ''हे विनोदी कवितांचं पुस्तक आहे. एक कविता वाचून दाखवतेस?'' ती म्हणाली.

अजिबात न अडखळता, न थांबता, योग्य वेगाने मटिल्डाने वाचायला सुरुवात केली :

An epicure dining at Crewe
Found a rather large mouse in his stew
Cried the waiter, "Don't shout
And wave it about
Or the rest will be wanting one too."

ॲन एपिक्युअर डायनिंग ॲट क्रू
फाउंड अ रादर लार्ज माउस इन हिज स्ट्यू
प्राइड द वेटर, ''डोन्ट शाउट
ॲन्ड वेव्ह इट अबाउट
ऑर द रेस्ट विल बी वॉन्टिंग वन टू''

बऱ्याच मुलांना खाण्यात पडलेल्या उंदराची ही विनोदी कविता समजली आणि ती हसायला लागली. मिस हनी म्हणाली, ''मटिल्डा, कवितेतल्या 'एपिक्युअर' शब्दाचा अर्थ तुला माहितेय?''

''एपिक्युअर म्हणजे खवय्या,'' मटिल्डा उत्तरली.

''अगदी बरोबर,'' मिस हनी म्हणाली. 'आणि या कवितेच्या प्रकाराला काय म्हणतात ते तुला माहितेय?'

''याला 'लिमरिक' म्हणतात,'' मटिल्डा उत्तरली. ''ही कविता फारच छान होती. किती विनोदी होती!''

''ही एक प्रसिद्ध लिमरिक आहे,'' मिस हनी पुस्तक उचलून स्वतःच्या टेबलाशी जाता जाता म्हणाली. ''लिमरिक म्हणजे वात्रटिका लिहिणं फार अवघड असतं. या कविता दिसतात सोप्या पण त्या लिहायला अजिबातच सोप्या नसतात,'' ती म्हणाली.

''हो, मला माहितेय,'' मटिल्डा म्हणाली. ''मी किती वेळा प्रयत्न केलाय पण माझ्या चांगल्या होतच नाहीत.''

''तू लिहिल्यायस? खरंच?'' मिस हनी आता आधीपेक्षाही जास्त थक्क झाली होती. ''मटिल्डा, तू ज्या लिमरिक लिहिल्या आहेस असं म्हणतीयेस त्यातली एखादी मला ऐकायला खूपच आवडेल. त्यातली एखादी आठवून आम्हाला सगळ्यांना म्हणून दाखवशील?''

'अं...,' मटिल्डा अडखळत म्हणाली, ''खरं तर, मिस हनी, मी तुमच्यावरच एक कविता करायचा प्रयत्न करत होते. इथे आपण बसलो आहोत तेव्हापासून.''

'माझ्यावर!' मिस हनी उद्‌गारली. ''मग तर ती ऐकायलाच हवी, नाही का!''

''मला नाही वाटत ती इथे सांगण्यासारखी आहे.''

''प्लीज सांग,'' मिस हनी म्हणाली. ''मला खरंच काही वाटणार नाही. अगदी खरंच!''

''मला वाटतं तुम्हाला आवडणार नाही. कारण त्यात यमक जुळवण्यासाठी मला तुमचं पहिलं नाव वापरावं लागलं आणि म्हणूनच मला ती कविता म्हणायची नाहीये.''

''तुला माझं पहिलं नाव कसं काय माहीत?'' मिस हनीने विचारलं.

''आम्ही वर्गात आलो तेव्हा दुसऱ्या एक शिक्षिकेने तुम्हाला नावाने हाक मारली. त्या तुम्हाला जेनी म्हणाल्या,'' मटिल्डा म्हणाली.

''मला तुझी लिमरिक ऐकायचीच आहे,'' मिस हनी कधी नव्हे ते प्रसन्न हसत म्हणाली. 'चल, म्हणून दाखव बघू.''

जरा नाखुशीनेच मटिल्डा उभी राहिली आणि अगदी सावकाश, जरा घाबरत घाबरतच तिने कविता म्हटली :

'The thing we all ask about Jenny
Is, "Surely there cannot be many
Young girls in the place
With so lovely a face?"
The answer to that is, "Not any!"'

द थिंग वी ऑल आस्क अबाउट जेनी
इज, ''शुअरली देअर कॅन नॉट बी मेनी
यंग गर्ल्स इन द प्लेस
विथ सो लव्हली अ फेस?''
द आन्सर टू दॅट इज, ''नॉट एनी!''

मिस हनीचा सुंदर पण फिकट चेहरा लाजून लालेलाल झाला. मग ती पुन्हा एकदा हसली. या वेळी चांगली मनमोकळी. तिला झालेला आनंद तिच्या हसण्यातूनच व्यक्त होत होता.

''मटिल्डा, थँक्यू!'' ती हसत हसत म्हणाली. ''तुझ्या कवितेतल्या ओळी खऱ्या नसल्या तरी तू रचलेली लिमरिक फारच चांगली आहे. मला ती लक्षात ठेवायला हवी. देवा रे, मला लक्षात ठेवायलाच हवी.''

तिसऱ्या ओळीतल्या बाकावर बसलेली लॅव्हेंडर म्हणाली, ''कविता छानचंय. मला आवडली.''

''आणि ती खरीसुद्धा आहे,'' रूपर्ट नावाचा एक लहानसा मुलगा म्हणाला.

''हो, म्हणजे काय! अगदी खरीखरी आहे,'' नायजेल म्हणाला.

खरं तर मिस हनीने मटिल्डा वगळता इतर कोणाकडे अजून फारसं लक्ष दिलं नसलं, तरी आत्तापासूनच सगळ्या वर्गाला ती आवडायला लागली होती.

''तुला वाचायला कोणी शिकवलं, मटिल्डा?'' मिस हनीने विचारलं.

''मीच स्वतःची स्वतः शिकले, मिस हनी,'' मटिल्डा उत्तरली.

''आणि तू एकटीने कोणती पुस्तकं वाचली आहेस? म्हणजे लहान मुलांची पुस्तकं बरं का...''

''हाय स्ट्रीटवरच्या वाचनालयातली लहान मुलांची सगळी पुस्तकं मी वाचली आहेत, मिस हनी.''

''तुला आवडली का ती?''

''त्यातली काही मला खूपच आवडली,'' मटिल्डा म्हणाली, ''पण बाकीची फारच रटाळ होती.''

''तुला आवडलेलं एखादं पुस्तक सांग.''

''मला 'द लायन, द विच ॲण्ड द वॉर्डरोब' आवडलं. मिस्टर सी.जी. ल्युइस खूप चांगले लेखक आहेत असं मला वाटतं. पण त्यांच्या पुस्तकांत एकच कमतरता आहे. त्यांच्या पुस्तकांत जरासुद्धा विनोदी भाग नाहीये.''

''तुझं अगदी बरोबर आहे,'' मिस हनी म्हणाली.

''मिस्टर टॉलकिनच्या पुस्तकांतही काही विनोदी भाग नाहीये,'' मटिल्डा म्हणाली.

''लहान मुलांच्या सगळ्या पुस्तकांत विनोदी भाग असायलाच हवा असं तुला वाटतं का?'' मिस हनीने विचारलं.

''हो. मुलं काही मोठ्या माणसांइतकी गंभीर नसतात आणि त्यांना हसायला आवडतं,'' मटिल्डा म्हणाली.

या चिमुकल्या मुलीचं शहाणपण पाहून मिस हनी थक्क झाली. ती म्हणाली, ''तू लहान मुलांची सगळीच पुस्तकं वाचली आहेस, तर मग आता तू काय करणार?''

''मी इतर पुस्तकं वाचतेय. मी ती वाचनालयातून घरी घेऊन जाते. मिसेस फेल्प्स खूप प्रेमळ आहेत. त्या मला पुस्तकं निवडायला मदत करतात,'' मटिल्डा म्हणाली.

मिस हनी आपल्या टेबलावर पुढे झुकून आश्चर्यचकित होऊन या मुलीकडे बघत होती. आता तर ती वर्गातल्या इतर मुलांना पार विसरूनच गेली होती. ''इतर पुस्तकं कुठली?'' ती पुटपुटली.

''मला चार्ल्स डिकन्सची पुस्तकं फार आवडतात,'' मटिल्डा म्हणाली. ''तो मला खूप हसवतो. खासकरून मिस्टर पिकविक.''

त्याच वेळी कॉरिडॉरमधली तास संपायची घंटा वाजली.

८

ट्रन्चबुल

मधल्या सुट्टीत मिस हनी वर्गातून बाहेर पडली आणि थेट मुख्याध्यापिकेच्या खोलीकडे निघाली. ती खूपच उल्हसित झाली होती. आपण आत्ताच असामान्य बुद्धिमत्ता लाभलेल्या एका लहान मुलीला भेटलोय, अशी तिची जवळपास खात्रीच पटली होती. ती नक्की किती हुशार होती हे नीट पडताळण्याइतका वेळ मिस हनीला मिळाला नव्हता, पण त्या मुलीबद्दल ताबडतोब काहीतरी करायला हवं इतकं तिला तेवढ्या वेळात समजलं होतं. अशा असामान्य मुलीला सगळ्यात खालच्या वर्गात अडकवून ठेवणं म्हणजे वेडेपणाच ठरला असता.

एरवी मिस हनीला मुख्याध्यापिकेची भयंकर भीती वाटायची. त्यामुळे ती तिच्यापासून शक्य तितकी दूरच राहायची. पण त्या क्षणी कोणालाही सामोरं जाण्यासाठी ती तयार होती. त्या भयानक खोलीच्या दारावर तिने टकटक केलं. ''आत या!'' मिस ट्रन्चबुलचा खर्जातला मोठा भीतिदायक आवाज आला. मिस हनी आत गेली.

खरं तर शाळांच्या मुख्याध्यापिका या त्यांच्यातल्या अनेक चांगल्या गुणांमुळे त्या पदासाठी निवडल्या जातात. त्या मुलांना छान समजून घेतात आणि त्यांच्या भल्यासाठीच योग्य निर्णय घेतात. त्या दयाळू असतात, न्याय्य असतात आणि शिक्षणक्षेत्राविषयी त्यांना मनापासून जिव्हाळा असतो. मिस ट्रन्चबुलमध्ये यांपैकी एकही गुण नव्हता आणि ती या शाळेची मुख्याध्यापिका कशी बनली हे एक गूढच होतं.

ती एक अत्यंत भीतिदायक बाई होती. एके काळी ती एक प्रसिद्ध मैदानी खेळाडू होती आणि आजही तिचे स्नायू किती बळकट आहेत ते तिची जाडजूड गर्दन, रुंद मजबूत खांदे, जाडजाड दंड, बळकट मनगटं आणि शक्तिशाली पायांवरून दिसून यायचं. तिच्याकडे बघूनच वाटायचं की ही बाई हाताने लोखंडी कांबा वाकवू शकेल आणि फोनची जाडजूड डिरेक्टरी एका फटक्यात फाडू शकेल. तिचा चेहरा ना सुंदर होता ना कधीच प्रसन्न असायचा. रुंद हनुवटी असलेली करारी जिवणी, क्रूर तोंड आणि लहानसे उद्धट डोळे असं तिचं रूप होतं. आणि तिचे कपडे... त्यांच्याबद्दल तर काय बोलावं! तिचे कपडे अगदी विचित्र असायचे. ती नेहमी एक तपकिरी रंगाचा सुती झगा घालायची आणि तो एका रुंद चामडी पट्ट्याने कमरेपाशी आवळलेला असायचा. त्या पट्ट्याला बांधायला समोरच्या बाजूला एक भलंमोठं चांदीचं बक्कल असायचं. त्या झग्यातून तिच्या आखूड पँट घातलेल्या अवाढव्य मांड्या दिसायच्या. तिची पँट गडद हिरव्या रंगाची आणि खरखरीत विणलेल्या कापडाची असायची. ती आखूड पँट तिच्या गुडघ्याच्या जरा खालपर्यंत पोहोचायची. त्याखाली ती हिरव्याच रंगाचे पातळ मोजे घालून ते दुमडून घ्यायची. त्यामुळे मोजे आणि पँटच्या मधल्या भागात तिच्या मजबूत, पीळदार पोटऱ्या दिसायच्या. ती पायात सपाट टाचांचे, तपकिरी चामड्याचे, पट्टा असलेले बूट घालायची. थोडक्यात काय, तर ती एखाद्या छान शाळेच्या मुख्याध्यापिकेसारखी न दिसता अतिशय विचित्र दिसायची. जणू रक्तपिपासू हाउंड कुत्र्यांसोबत शिकारीला जाणाऱ्या एखाद्या माणसासारखी!

मिस हनी जेव्हा तिच्या खोलीत शिरली, तेव्हा मिस ट्रन्चबुल तिच्या भल्यामोठ्या टेबलाशेजारी उभी होती. तिच्या चेहऱ्यावर वैतागलेले आणि चिडके भाव होते. ''हं, मिस हनी, काय हवंय तुला? तू आज अस्वस्थ दिसतेयस. आणि तुझा चेहरा लालेलाल का झालाय? काय झालं? ती वर्गातली डुकरं तुला कागदाचे बोळे फेकून मारत होती वाटतं!''

''नाही, नाही, तसं काही नाही.''

''हुं! मग काये? चल पटपट बोल. मला खूप कामं आहेत.'' बोलता बोलता मिस ट्रन्चबुलने जगमधून एका ग्लासमध्ये स्वतःसाठी पाणी ओतून घेतलं. तिच्या टेबलावर कायमच असा जग ठेवलेला असायचा.

''माझ्या वर्गात मटिल्डा वर्मवुड नावाची एक छोटी मुलगी आहे...'' मिस हनीने सांगायला सुरुवात केली.

''गावातल्या वर्मवुड मोटर्सच्या मालकाची मुलगी आहे ती,'' मिस ट्रन्चबुल खेकसली. ती कधी साध्या आवाजात बोलतच नसे. ती एकतर खेकसायची किंवा ओरडायची. ''वर्मवुड फारच चांगला माणूस आहे. मी कालच त्याच्याकडे गेले होते. त्याने मला एक गाडी विकली. जवळपास नवीकोरीच आहे. फक्त दहा हजार मैल पळलीये. कोणत्यातरी म्हातारीची होती ती गाडी आधी. वर्षभरात कधीतरीच बाहेर काढायची म्हणे ती. वा, फारच कमी किमतीत चांगली गाडी मिळाली मला! हं... वर्मवुड आवडला

मला. आपल्या समाजाला अशाच आधारस्तंभांची गरज आहे. पण त्याने सांगितलं की त्याची मुलगी अगदीच बिघडलेली आहे. तिच्यावर नीट लक्ष ठेवायला सांगितलंय त्याने. तो म्हणाला की, शाळेत कधीही काही वाईट घडलं तर ते त्याच्याच मुलीने केलं असणार असं समजा. मी अजून त्या कारटीला भेटले नाहीये, पण मी तिच्याकडे एकदा बघणारच आहे. तिचा बाप म्हणाला की ती एक अवघड दुखणं आहे.''

''नाही, नाही, मुख्याध्यापिका बाई, असं नाही असू शकत!'' मिस हनी उद्गारली.

''मिस हनी, मी म्हणतेय तेच बरोबर आहे! आत्ता माझ्या लक्षात आलं, की आज सकाळी माझ्या टेबलाखाली कोणीतरी घाणेरड्या वासाचा बॉंब ठेवला होता, ते काम तिचंच असणार. माझ्या खोलीत गटारासारखी घाण येत होती! नक्कीच तिने केलं असणार ते! मी तिला धरते का नाही, बघच तू! कशी दिसते ती? डांबरट चिचुंद्री असेल, दुसरं काय! मिस हनी, शिक्षिका म्हणून मी इतकी वर्षं काम करतीये, त्यात मला एक गोष्ट लक्षात आलीये. काय ते सांगू... एखादी वाईट मुलगी ही एखाद्या वाईट मुलापेक्षा कितीतरी पटींनी अधिक धोकादायक असते. शिवाय मुलींना चिरडून टाकणं जास्तच अवघड असतं. त्या निळ्या रंगाच्या ढालकिड्याला चिरडायला आपण पाय आपटला की तो घाणेरडा किडा कसा तिथे नसतोच! अगदी त्या किड्यासारख्याच असतात व्रात्य मुली! चोंबड्या कोंबड्या कुठच्या! नशीब मी कधीच लहान मुलगी नव्हते.''

''ओह! पण मुख्याध्यापिका बाई, तुम्हीसुद्धा कधीतरी लहान होतातच ना.''

''फार काळ नाही,'' मिस ट्रन्चबुल खेकसली. मग ती दात विचकून हसत म्हणाली, ''मी फार पटकन मोठी बाई झाले.''

'ही नक्कीच ठार वेडी आहे,' मिस हनी मनातल्या मनात म्हणाली. 'अगदी ढेकणासारखी बिनडोक.' मिस हनी निश्चयी मुद्रेने मुख्याध्यापिकेसमोर उभी राहिली. आज काही झालं तरी ती त्या भयंकर शब्दांच्या माऱ्यापुढे हार मानणार नव्हती. ''मला तुम्हाला हे सांगितलंच पाहिजे, की तुमचा मटिल्डाविषयी गैरसमज झालाय. तिने नक्कीच तुमच्या टेबलाखाली घाण वासाचा बाँब ठेवला नाहीये.''

''माझी कधीच चूक होत नाही, मिस हनी!''

''पण मुख्याध्यापिका बाई, ती तर आज पहिल्यांदाच शाळेत आलीये आणि थेट माझ्या वर्गात...''

''एऽऽ बये, माझ्याशी वाद घालून नकोस! मटिल्डा का काय नाव आहे तिचं... त्याच छोट्या राक्षसिणीने माझ्या टेबलाखाली बाँब ठेवला! मला नक्की माहितेय! आणि तूच ते सुचवलंस त्याबद्दल थँक्यू!''

''पण मी कधी तसं म्हटलं?''

''तूच म्हणालीस! मिस हनी, तुला काय हवंय? का माझा वेळ खातीयेस?''

''मुख्याध्यापिका बाई, मी मटिल्डाविषयी बोलायला आले होते. मला तिच्याविषयी काही अद्भुत गोष्टी सांगायच्या आहेत. आत्ता माझ्या वर्गात काय घडलं ते मी सांगू का तुम्हाला, प्लीज?''

''हुं! मला वाटतं तिने तुझ्या स्कर्टला आग लावली असेल आणि तुझी चड्डी जळली असेल!'' मिस ट्रन्चबुल कुत्सित हसत म्हणाली.

''नाही, नाही!'' मिस हनी ओरडली. ''मटिल्डा अत्यंत बुद्धिमान आहे!''

त्या शब्दांच्या उच्चारणाबरोबर मिस ट्रन्चबुलचा चेहरा लालजांभळा झाला आणि ती एखाद्या बेडकासारखी फुगली. 'बुद्धिमान!' ती कडाडली. ''काय निरर्थक बकबक चालवलीयेस? तुझंच डोकं फिरलेलं दिसतंय! मला खुद्द तिच्या बापानेच सांगितलंय की ती अगदी गुंड मुलगी आहे!''

''मग तिचे वडील चूक आहेत, मुख्याध्यापिका बाई!''

''मूर्खपणा करू नकोस, मिस हनी! त्या रानटी जनावराला तू फक्त अर्धा तास ओळखतेस आणि तिचा बाप तिला जन्मापासून ओळखतोय!''

पण आपलं म्हणणं सांगायचंच असा मिस हनीने निश्चय केला होता. त्यामुळे मटिल्डाने कशी असामान्य हुशारीने गणितं सोडवली ते ती सांगू लागली.

''हुं! म्हणजे तिने थोडेफार पाढे पाठ केलेत, इतकंच ना?'' मिस ट्रन्चबुल खेकसली. ''माझ्या प्रिय मिस हनी, त्याने कोणी असामान्य बुद्धीचं होत नाही! पोपटपंची करतीये ती फक्त!''

''पण मुख्याध्यापिका बाई, तिला वाचता येतं!''

''मग? मलासुद्धा येतं,'' मिस ट्रन्चबुल रागावून फाटकन म्हणाली.

''माझ्या मते मटिल्डाला सगळ्यात खालच्या वर्गातून काढून अकरा वर्षांच्या मुलांबरोबर सगळ्यात वरच्या वर्गात घातलं पाहिजे.''

'हुं!' मिस ट्रन्चबुल उपहासाने फूत्कारली. ''म्हणजे तुला ती स्वतःच्या वर्गात नकोय, हो ना? याचा अर्थ तुला ती झेपत नाहीये! त्यामुळे आता तुला तिचं ओझं वरच्या वर्गाच्या त्या दुर्दैवी मिस प्लिमसोलवर टाकायचंय. म्हणजे तिथे ती आणखी गोंधळ घालेल!''

''नाही, नाही!'' मिस हनी ओरडली. ''हे कारण अजिबातच नाहीये!''

''हेच कारण आहे!'' मिस ट्रन्चबुल कडाडली. ''तुझा कुटिल डाव मला बरोब्बर कळतोय! आणि माझं उत्तर 'नाही' आहे! मटिल्डा आहे त्याच वर्गात राहील आणि ती नीट वागतेय की नाही यावर लक्ष ठेवायची जबाबदारी तुझी!''

''पण, मुख्याध्यापिका बाई, प्लीज...''

''एक शब्दही बोलू नकोस!'' मिस ट्रन्चबुल ओरडली. ''आणि तसंही माझ्या शाळेचा नियम आहे, की सगळी मुलं त्यांच्याच वयोगटाच्या वर्गात राहतील. मग त्यांच्या क्षमता काहीही असोत. देवा, देवा! त्या पाच वर्षांच्या गुंड मुलीला वरच्या वर्गातल्या मोठ्या मुलामुलींबरोबर बसू द्यायचं! असलं भलतंसलतं कोणी कधी ऐकलं तरी आहे का!''

लालबुंद मानेच्या त्या अवाढव्य राक्षसिणीसमोर मिस हनी हतबल होऊन उभी होती. तिला खरं तर अजून बरंच काही बोलायचं होतं, पण त्याचा काहीएक उपयोग होणार नाही हे तिला माहीत होतं. ''ठीकंय तर मग, मुख्याध्यापिका बाई. शेवटी निर्णय तुमचाच आहे,'' ती हळू आवाजात म्हणाली.

''बरोबर! निर्णय माझाच असणार!'' मिस ट्रन्चबुल मोठ्याने म्हणाली. ''आणि विसरू नकोस, की आपण हाताळतोय तो एक विषारी साप आहे, समजलं! तिने माझ्या टेबलाखाली घाणेरड्या वासाचा बॉंब....''

''तिने बॉंब ठेवला नाहीये, बाई!''

''तिनेच ठेवला होता!'' मिस ट्रन्चबुल ओरडली. ''आणि मी तुला एक सांगू? पूर्वीच्या काळी मला काठी आणि पट्टा वापरायची परवानगी होती, तशीच आत्ताही मिळायला हवी अशी माझी इच्छा आहे! मग तर मी मटिल्डाचा पुठ्ठा असा सोलला असता की तिला महिनाभर खाली बसतासुद्धा आलं नसतं!''

मिस हनी तिथून तडक बाहेर पडली. तिला निराश वाटत होतं, पण तिने हार मानली नव्हती. 'मी या मुलीबद्दल काहीतरी करीनच,' तिने स्वतःशीच ठरवलं. 'मला माहीत नाही काय ते, पण या मुलीला मदत करायचा मार्ग मी नक्की शोधीन.'

९

मटिल्डाचे पालक

मिस हनी मुख्याध्यापिकेच्या खोलीतून बाहेर आली तेव्हा बरीचशी मुलं खेळाच्या मैदानावर होती. सर्वांत पहिल्यांदा मिस हनी वरच्या वर्गांना शिकवणाऱ्या वेगवेगळ्या शिक्षकांकडे गेली आणि तिने त्यांच्याकडून तात्पुरती बीजगणित, भूमिती, फ्रेंच, इंग्रजी साहित्य अशी काही पाठ्यपुस्तकं मागून घेतली. मग मटिल्डाला शोधून तिने तिला वर्गात बोलावलं.

ती म्हणाली, ''मी या वर्गातल्या मुलांना दोनचा पाढा किंवा कॅट, रॅट, माउस अशा शब्दांची स्पेलिंग शिकवत असताना तू काहीच न करता बसून राहणं याला काहीही अर्थ नाही. त्यामुळे प्रत्येक तासाच्या सुरुवातीला मी तुला यातलं एखादं पुस्तक अभ्यासाला देईन. तुला काही प्रश्न असतील तर तासाच्या शेवटी तू माझ्याकडे येऊन मला ते विचारू शकशील. मी तुला त्या अभ्यासात मदत करीन. कशी वाटतेय माझी कल्पना?''

''थँक्यू, मिस हनी. चालेल मला,'' मटिल्डा म्हणाली.

''मला खात्री आहे, की आपण तुला कालांतराने वरच्या वर्गात पाठवू शकू. पण सध्यातरी तू याच वर्गात बसावंस अशी मुख्याध्यापिका बाईंची इच्छा आहे.''

''ठीकंय, मिस हनी. माझ्यासाठी ही पुस्तकं आणल्याबद्दल खूप खूप आभार,'' मटिल्डा म्हणाली.

'किती छान मुलगी आहे ही,' मिस हनीच्या मनात आलं. 'तिचे वडील तिच्याबद्दल काय म्हणाले याविषयी मला काही घेणंदेणं नाही. मला

तरी ती खूप शांत आणि सौम्य स्वभावाची वाटते. आणि इतकी हुशार असूनही अजिबात गर्विष्ठ नाहीये. उलट आपल्या असामान्य बुद्धीची तिला फारशी जाणीवही नाहीये असं वाटतं.'

अशा प्रकारे जेव्हा मधल्या सुट्टीनंतर मुलं वर्गात परत आली, तेव्हा मटिल्डा मिस हनीने दिलेलं भूमितीचं पुस्तक घेऊन अभ्यास करू लागली. इतर मुलांना शिकवता शिकवताच तिच्या शिक्षिकेचं एकीकडे तिच्यावर लक्ष होतं. तिच्या लक्षात आलं की थोड्याच वेळात मटिल्डा त्या पुस्तकात पूर्णपणे गढून गेली होती. त्या संपूर्ण तासात तिने एकदाही वर मान करून पाहिलं नाही.

तेवढ्या वेळात मिस हनीने आणखी एक निर्णय घेऊन टाकला होता. तिने ठरवलं, की आपणच लवकरात लवकर मटिल्डाच्या आईवडलांना भेटून परस्पर त्यांच्याशी बोलायचं. काहीही झालं तरी ती मटिल्डाच्या बाबतीत गप्प राहणार नव्हती. हा सगळा प्रकार फारच वेड्यासारखा होता. आपल्या मुलीच्या असामान्य क्षमतांविषयी तिच्या आईवडलांना काहीच माहीत नसेल यावर मिस हनीचा विश्वासच बसत नव्हता. शेवटी मिस्टर वर्मवुड हे गाड्यांचे एक यशस्वी विक्रेते होते, त्यामुळे ते बरेच हुशार असणार असं मिस हनीने गृहीत धरलं होतं. काही झालं तरी पालक कधीच आपल्या मुलांच्या क्षमतांना आहे त्यापेक्षा कमी लेखत नाहीत. खरं तर नेहमी उलटंच घडतं. आपल्या पाल्याविषयी अति अभिमान असलेल्या पालकांना पटवता पटवता कधीकधी तर शिक्षकांची दमछाक होते, की तुम्हाला अति प्रिय असलेलं तुमचं मूल अगदी बावळट-शिरोमणी आहे. त्यामुळे मटिल्डा ही अगदी खास मुलगी आहे हे मिस्टर आणि मिसेस वर्मवुडना सहज पटवता येईल असा मिस हनीला आत्मविश्वास वाटत होता. कदाचित तिच्या बोलण्यानंतर ते फारच जास्त उल्हसित झाले तर त्यांना कसं शांत करायचं हीच एक अडचण तिला वाटत होती.

आता तर मिस हनीच्या आशा खूपच पल्लवित झाल्या आणि ती कल्पनेच्या भराऱ्या घेऊ लागली. शाळेनंतर मटिल्डाची खासगी शिकवणी घेण्यासाठी तिच्या पालकांकडे विचारणा करावी की काय असाही विचार तिच्या मनात आला. मटिल्डाइतक्या हुशार मुलीला शिकवायची संभाव्य कल्पनाच मिस हनीमधल्या शिक्षिकेला फार आवडली. आणि अचानक तिने ठरवून टाकलं की त्याच संध्याकाळी जाऊन मिस्टर आणि मिसेस वर्मवुडना

भेटायचं. तिने बऱ्यापैकी उशिरा म्हणजे नऊ ते दहाच्या दरम्यान जायचं ठरवलं, म्हणजे मटिल्डा तेव्हा नक्की झोपलेली असणार.

...आणि मिस हनीने ठरवल्यानुसार केलंच. शाळेच्या नोंदवहीतून तिने मटिल्डाचा पत्ता शोधून काढला, आणि नऊनंतर ती चालत चालत वर्मवुड यांच्या घरी निघाली. मटिल्डाचं घर एका छानशा गल्लीत होतं. प्रत्येक दोन बंगल्यांमध्ये लहानशी हिरवळ आणि बाग होती. वर्मवुड यांचं विटांचं घर नव्या पद्धतीने बांधलेलं होतं. ते नक्कीच महागडं असणार असं दिसत होतं. फाटकावर पाटी होती – 'कोझी नूक'. ''कोझी नूक'च्या ऐवजी 'नोझी कुक' असायला हवं होतं,' मिस हनी मनातल्या मनात म्हणाली. ती नेहमी मनाशी असे शब्दांचे खेळ करायची. तिने पुढे होऊन दाराची घंटी वाजवली. दार उघडायची वाट बघत असताना तिला आतून टीव्हीचा मोठा आवाज ऐकू येत होता.

उंदरासारखी मिशी असलेल्या आणि उंदरासारख्याच दिसणाऱ्या एका लहानखुऱ्या माणसाने दार उघडलं. त्याने केशरी आणि लाल चौकडीचं जॅकेट घातलं होतं. डोळे बारीक करून मिस हनीकडे बघत तो म्हणाला, ''काये तू जर लॉटरीची तिकिटं विकत असशील तर मला नकोयत!''

''नाही, नाही,'' मिस हनी म्हणाली. ''मी अशी न कळवता अचानक आले म्हणून मला माफ करा हं. मी मटिल्डाची शिक्षिका आहे आणि मला तुमच्याशी व तुमच्या पत्नीशी काहीतरी महत्त्वाचं बोलायचं आहे.''

''आत्तापासूनच गोंधळ घालून ठेवला वाटतं तिने?'' मिस्टर वर्मवुड म्हणाला. तो दारातून बाजूला झाला नाही. ''तसंही ती आता तुमची जबाबदारी आहे. तिने काहीही केलं तरी काय करायचं ते तुम्हीच ठरवा.''

''नाही, तिने काहीही खोडकरपणा केला नाहीये,'' मिस हनी म्हणाली. ''उलट मी तिच्याविषयी चांगली बातमी घेऊन आलीये. आश्चर्यजनक बातमी, मिस्टर वर्मवुड. मी काही मिनिटांकरता आत येऊन तुमच्याशी मटिल्डाबद्दल बोलू का, प्लीज?''

''आम्ही आमचा आवडता कार्यक्रम बघतोय,'' मिस्टर वर्मवुड म्हणाला. ''ही अजिबात सोईची वेळ नाहीये. तुम्ही परत कधीतरी का नाही येत?''

मिस हनीचा धीर सुटत चालला होता. ती म्हणाली, ''मिस्टर वर्मवुड, टीव्हीवरचा कुठलातरी सडेल कार्यक्रम जर तुमच्या स्वतःच्या मुलीच्या भविष्यापेक्षा तुम्हाला जास्त महत्त्वाचा वाटत असेल, तर तुम्ही पालक व्हायलाच लायक नाहीयेत! तुम्ही तो बकवास टीव्ही बंद करून माझं म्हणणं ऐकून तर घ्या!''

मिस्टर वर्मवुड त्या बोलण्याने हादरलाच. कोणी त्याच्याशी असं बोलण्याची त्याला सवयच नव्हती. मोठ्या निर्धाराने बाहेर उभ्या असलेल्या त्या नाजूक, बारीक चणीच्या तरुणीला त्याने पुन्हा एकदा डोळे बारीक करून निरखलं. ''ठीकंय, ठीकंय,'' तो खेकसला. ''ये आत आणि काय ते उरकून टाकू एकदाचं.'' मिस हनी पटकन आत शिरली.

''मिसेस वर्मवुडला हे मुळीच आवडणार नाहीये,'' मिस हनीला बैठकीच्या खोलीत नेता नेता तो म्हणाला. त्या खोलीत चंदेरी केसांची एक धिप्पाड बाई अत्यंत खुशीत एकटक टीव्हीकडे बघत बसली होती.

''कोण आलंय?'' तिने टीव्हीवरची नजर न हटवताच विचारलं.

''शाळेतली कोणीतरी शिक्षिका,'' मिस्टर वर्मवुड म्हणाला. ''ती म्हणतीये की तिला मटिल्डाविषयी बोलायचंय.'' तो टीव्हीपाशी गेला आणि त्याने आवाज कमी केला, पण टीव्ही बंद केला नाही.

''हॅरी! नको ना असं करूस!'' मिसेस वर्मवुड ओरडली. ''अरे, विलार्ड आत्ता अँजेलिकाला लग्नाची मागणी घालणार होता!''

''बोलता बोलता तुला बघता येईल,'' मिस्टर वर्मवुड म्हणाला. ''ही मटिल्डाची शिक्षिका. ती म्हणतीये की तिला आपल्याला काहीतरी बातमी द्यायचीये.''

''माझं नाव जेनिफर हनी. तुम्ही कशा आहात मिसेस वर्मवुड?'' मिस हनी म्हणाली.

मिसेस वर्मवुडने रागाने तिच्याकडे पाहिलं. ''अडचण काय आहे मग?''

कोणीही मिस हनीला 'बस' असं म्हटलं नाही. त्यामुळे शेवटी तिनेच एक खुर्ची घेतली आणि ती बसली. ''आज तुमच्या मुलीचा शाळेचा पहिला दिवस होता,'' ती म्हणाली.

'माहितेय!' मिसेस वर्मवुड टीव्हीवरचा कार्यक्रम बघता न आल्याने चिडली होती. ''हेच सांगायला आलीयेस तू?''

मिस हनी काहीही न बोलता समोरच्या त्या बाईच्या ओलसर राखाडी डोळ्यांत रोखून बघत राहिली. शेवटी खोलीतच्या त्या विचित्र शांततेमुळे मिसेस वर्मवुड अवघडून गेली. मग मिस हनी म्हणाली, ''मी कशाकरता आले आहे ते ऐकायची तुमची इच्छा आहे का?''

''ठीकंय, सांग,'' मिसेस वर्मवुड म्हणाली.

''माझी खात्री आहे की तुम्हाला माहीतच असेल, की सगळ्यात खालच्या वर्गातल्या मुलांना वाचता येणं किंवा स्पेलिंग सांगता येणं किंवा गणितं येणं अपेक्षित नसतं,'' मिस हनी म्हणाली. ''पाच वर्षांच्या मुलांना या गोष्टी येत नाहीत. पण मटिल्डाला हे सगळं करता येतंय. आणि जर तिच्या म्हणण्यावर विश्वास ठेवायचा तर...''

''मी विश्वास ठेवणार नाही,'' मिसेस वर्मवुड म्हणाली. टीव्हीचा आवाज बंद केल्याने ती अजूनही घुश्शात होती.

''तिने मला सांगितलं की तिला कोणीही गुणाकार करायला किंवा वाचायला शिकवलं नाहीये. मग ती खोटं बोलत होती का? तुमच्या दोघांपैकी कोणी तिला शिकवलंय का?'' मिस हनीने विचारलं.

''काय शिकवलंय का?'' मिस्टर वर्मवुड म्हणाला.

''वाचन. पुस्तकं वाचायला,'' मिस हनी म्हणाली. ''कदाचित तुम्हीच शिकवलं असेल. कदाचित ती खरोखरच खोटं बोलत असेल. कदाचित तुमच्या घरात कपाटं भरभरून पुस्तकं असतील. मला माहीत नाही. कदाचित तुम्ही दोघंही उत्तम वाचक असाल.''

''आम्ही वाचतोच, म्हणजे काय!'' मिस्टर वर्मवुड म्हणाला. ''इतकाही बिनडोकपणा करू नकोस. मी दर आठवड्याला 'ऑटोकार' आणि 'मोटर' साप्ताहिकं वाचतो. अगदी पहिल्या पानापासून शेवटपर्यंत!''

''या मुलीने आत्तापर्यंत इतकी पुस्तकं वाचली आहेत की आपण थक्क होऊन जातो,'' मिस हनी म्हणाली. ''मला फक्त इतकंच पाहायचं होतं की चांगलं साहित्य आवडणाऱ्या रसिक कुटुंबातली ती आहे की नाही.''

''पुस्तकंबिस्तकं आम्हाला आवडत नाहीत,'' मिस्टर वर्मवुड म्हणाला. ''नुसतं बूड टेकून तासन्तास बसून गोष्टींची पुस्तकं वाचली तर कोणाला पैसे कमावता येत नाहीत. आम्ही घरात काही पुस्तकं वगैरे ठेवत नाही.''

'अच्छा!' मिस हनी म्हणाली. ''अं... मी इतकंच सांगायला आले होते, की मटिल्डा असामान्य बुद्धीची आहे. पण तुम्हाला तर ते आधीपासूनच माहीत असणार.''

''तिला वाचता येतं हे मला माहीतच आहे की,'' मटिल्डाची आई म्हणाली. ''तिचं अर्ध-अधिक आयुष्य ती तिच्या खोलीत कोणत्यातरी खुळचट पुस्तकात डोकं खुपसून बसलेली असते.''

''पण एक पाच वर्षांची मुलगी डिकन्स आणि हेमिंग्वे या लेखकांच्या मोठ्या माणसांसाठी लिहिलेल्या कादंबऱ्या वाचते हे पाहून तुम्ही थक्क नाही झालात? हे पाहून तुम्हाला अत्यानंदाने उड्या माराव्याशा नाही वाटल्या?''

'नाही!' आई म्हणाली. ''मी तर मुलींनी असं बुद्धिवादी होण्याच्या विरोधातच आहे. मुलींनी कसं आपल्या दिसण्याबाबत जागरूक असलं पाहिजे. मुलगी जर आकर्षक दिसली तरच तिला नंतर चांगला नवरा मिळतो. दिसणं हे पुस्तकांपेक्षा जास्त महत्त्वाचं आहे, मिस हंकी...''

''माझं नाव हनी आहे,'' मिस हनी म्हणाली.

''आता माझ्याकडेच बघ!'' मिसेस वर्मवुड म्हणाली. ''आणि मग तू स्वतःकडे बघ. तू पुस्तकं निवडलीस. मी आकर्षक दिसणं निवडलं.''

मिस हनीने समोर बसलेल्या गुबगुबीत, सामान्य रूपाच्या त्या बाईकडे पाहिलं. थुलथुलीत पुडिंगसारखा चेहरा असलेल्या मिसेस वर्मवुडच्या तोंडावर स्वतःवरच फार खूश असल्याचा भाव होता. ''काय म्हणालात तुम्ही?'' मिस हनीने विचारलं.

''मी म्हटलं, तू पुस्तकं निवडलीस आणि मी आकर्षक दिसणं,'' मिसेस वर्मवुड म्हणाली. ''आणि आज कोणाचं आयुष्य जास्त चांगलं आहे? अर्थातच माझं! मी इतकी सुंदर दिसते, आणि या यशस्वी उद्योगपतीसोबत या छानशा घरात राहते. आणि तुला मात्र इतक्या सगळ्या व्रात्य मुलांना एबीसीडी शिकवत शाळेत मरमर करावी लागतेय!''

''अगदी बरोबर बोललीस सोनू,'' मिस्टर वर्मवुड म्हणाला. त्याने आपल्या बायकोकडे अशा काही प्रेमाने ओथंबलेल्या नजरेने पाहिलं की ते बघून एखाद्या मांजरानेही तिथल्या तिथे उलटी केली असती.

या लोकांना जर नीट काहीतरी सांगायचं असेल, तर स्वतःच्या रागावर ताबा ठेवावा लागेल हे मिस हनीला कळून चुकलं. ती म्हणाली, ''मी तुम्हाला अजून सगळं सांगितलं नाहीये. मला आजच्या दिवसभरात जे काही लक्षात आलंय त्यावरून मटिल्डा गणितातसुद्धा असामान्य हुशार आहे असं मला वाटतं. ती तर विजेच्या वेगाने मनातल्या मनात मोठमोठ्या संख्यांचे गुणाकार करू शकते.''

''पण त्याचा उपयोग काय? त्यापेक्षा तुम्ही सरळ एखादा कॅल्क्युलेटर विकत घेऊ शकता ना!'' मिस्टर वर्मवुड म्हणाला.

''हुशार बनून कोणत्याही मुलीला नवरा मिळत नाही,'' मिसेस वर्मवुड म्हणाली. तिने बिनआवाजाच्या टीव्हीच्या पडद्याकडे बोट दाखवलं. त्यावर एक खडबडीत चेहऱ्याचा नट एका मोठ्या छातीच्या बाईला चंद्रप्रकाशात कवटाळत होता. मग मिसेस वर्मवुड म्हणाली, ''त्या सिनेतारकेलाच बघ ना. तिने काय फटाफटा गणितं सोडवून त्याला असं करायला उद्युक्त केलंय असं वाटतंय का तुला? अजिबातच नाही. आणि आता तू बघच, तो नक्की तिच्याशी लग्न करणार आहे. आणि मग ती भरपूर नोकरचाकर असलेल्या आलिशान घरात राहील.''

मिस हनीचा आपल्या कानांवर विश्वासच बसत नव्हता. अशा प्रकारचे पालक सगळीकडे असतात आणि त्यांची मुलं वाईट मार्गाला

लागतात किंवा शिक्षण अर्धवट सोडून देतात, असं तिने ऐकलं होतं खरं, पण तरी प्रत्यक्षात अशा जोडीला भेटल्यावर तिला धक्का बसला होता.

पुन्हा एकदा प्रयत्न करत मिस हनी म्हणाली, ''मटिल्डाची एकच अडचण आहे. ती म्हणजे तिच्या वयाच्या तिच्या आजूबाजूच्या सगळ्याच मुलांपेक्षा ती खूपच पुढे आहे. त्यामुळे तिच्यासाठी जादाची खासगी शिकवणी लावण्याचा विचार केलात तर बरं होईल. मला खरोखरच असं वाटतं की व्यवस्थित प्रशिक्षण मिळालं तर ती दोन-तीन वर्षांतच विद्यापीठाच्या पातळीला पोहोचू शकेल.''

''विद्यापीठ?'' खुर्चीतून उडी मारत मिस्टर वर्मवुड ओरडला. ''विद्यापीठात कशाला कोणाला मरायला जायचं असेल! तिथे मुलं फक्त वाईट सवयी शिकतात!''

''हे अजिबात खरं नाहीये,'' मिस हनी म्हणाली. ''जर तुम्हाला या क्षणी हृदयविकाराचा झटका आला आणि डॉक्टरला बोलवावं लागलं तर तो डॉक्टर विद्यापीठातूनच शिकलेला असेल. किंवा एखादी खटारा सेकंड-हँड गाडी विकल्याबद्दल तुमच्यावर कोणी केस केली तर जो वकील तुम्हाला करावा लागेल तोही विद्यापीठात शिकलेला असेल ना. मिस्टर वर्मवुड, बुद्धिमान लोकांचा तिरस्कार करू नका. पण आपलं कशावरच एकमत होणार नाहीये हे मला दिसतंय. तुमच्या घरी अचानक येऊन धडकल्याबद्दल माफ करा.'' मिस हनी उठली आणि खोलीतून बाहेर पडली.

मिस्टर वर्मवुड तिच्या मागोमाग दारापर्यंत गेला आणि म्हणाला, ''बरं झालं आलात ते... मिस हॉक्स की मिस हॅरिस?''

''दोन्ही नाही,'' मिस हनी म्हणाली. ''पण जाऊ दे.'' असं म्हणून ती निघून गेली.

१०

हातोडाफेक

मटिल्डाविषयीची एक छान गोष्ट म्हणजे तुम्ही तिला सहज भेटलात आणि तिच्याशी बोललात तर ती अगदी कोणत्याही साडेपाच वर्षांच्या मुलासारखीच तुम्हाला वाटली असती. वरवर पाहता तिच्या तीव्र बुद्धिमत्तेची कोणतीही चिन्हं दिसायची नाहीत आणि ती कधीच मुद्दामहून त्याचा दिखावा करायची नाही. 'ही किती शहाणी आणि शांत मुलगी आहे,' तुम्ही तिला पाहून स्वतःशीच म्हणाला असता. आणि जोवर कोणत्यातरी कारणाने तुम्ही तिच्याशी साहित्य किंवा गणित या विषयांवर चर्चा केली नसती, तोवर तिच्या तीक्ष्ण बुद्धीची झेप किती आहे हे तुम्हाला कळलंच नसतं.

त्यामुळेच मटिल्डाला इतर मुलांशी सहज मैत्री करता आली. तिच्या वर्गातल्या सगळ्यांना ती आवडली. ती 'हुशार' आहे हे अर्थातच त्यांना माहीत होतं, कारण शाळेच्या पहिल्याच दिवशी त्यांनी मिस हनी आणि तिच्यातलं बोलणं ऐकलं होतं. आणि रोज वर्गात मटिल्डाला वेगळंच कुठलंतरी पुस्तक घेऊन बसता येतं आणि शिक्षिकेच्या शिकवण्याकडे तिने लक्ष दिलं नाही तरी चालतं हेही त्यांना माहीत झालं होतं. पण या वयाची मुलं कोणत्याही गोष्टीची कारणं खूप खोलात जाऊन शोधत नाहीत. प्रत्येक मूल आपल्याच लहानसहान अडचणींमध्ये इतकं व्यस्त असतं की इतर मुलं काय करतायत आणि का करतायत याच्या ती फारशी फंदात पडत नाहीत.

मटिल्डाच्या नव्या मित्रमैत्रिणींमध्ये लॅव्हेंडर नावाची ती मुलगीही होती. शाळेच्या पहिल्या दिवसापासूनच त्या दोघी सकाळच्या छोट्या सुट्टीत आणि जेवणाच्या सुट्टीत आवारात एकत्र फिरू लागल्या होत्या. लॅव्हेंडर

तिच्या वयाच्या मानाने अगदीच लहानखुरी होती. ती एखाद्या बारकुड्या, लहानशा परीसारखी दिसायची. तिचे डोळे गडद तपकिरी होते आणि तिचे काळे केस कपाळावर बटा येतील अशा पद्धतीने कापलेले होते. ती धीट आणि साहसी होती, त्यामुळे मटिल्डाला आवडली होती. तिलाही मटिल्डा अगदी याच वैशिष्ट्यांमुळे आवडली होती.

सत्राचा पहिला आठवडा संपायच्या आतच मुख्याध्यापिका मिस ट्रन्चबुलविषयी काय काय रंजक कहाण्या नव्या विद्यार्थ्यांपर्यंत येऊन पोहोचू लागल्या. शाळेच्या तिसऱ्या दिवशी मटिल्डा आणि लॅव्हेंडर सकाळच्या सुट्टीत खेळाच्या मैदानावर एका कोपऱ्यात उभ्या होत्या, तेव्हा नाकावर गळू झालेली, उग्र दिसणारी दहा वर्षांची हॉर्टेन्सिया नावाची मुलगी त्यांच्यापाशी आली. ''नवीन गाळ आलेला दिसतोय,'' ती उंचाडी मुलगी खाली मान करून त्यांच्याकडे बघत म्हणाली. ती एका भल्यामोठ्या पाकिटातून मुठीमुठीने काढून बटाट्याचे वेफर्स खात होती. ''बालगुन्हेगारांच्या तुरुंगात तुमचं स्वागत आहे!'' बोलताना तोंडातून हिमकणांसारखे वेफर्सचे कण उडवत ती म्हणाली.

इतक्या धिप्पाड मुलीकडे सावधपणे बघत त्या दोघी लहानग्या गप्पच राहिल्या.

''तुम्ही ट्रन्चबुलला भेटलात की नाही अजून?'' हॉर्टेन्सियाने विचारलं.

''आम्ही प्रार्थनेच्या वेळी त्यांना बघितलंय. पण अजून भेटलो नाही,'' लॅव्हेंडर म्हणाली.

''मग तर वाट बघा मेजवानीची!'' हॉर्टेन्सिया म्हणाली. ''तिला लहान मुलांचा प्रचंड तिटकारा आहे. त्यामुळेच सगळ्यात खालच्या वर्गातल्या मुलांचा तिला अतिशय तिरस्कार वाटतो. पाच वर्षांची मुलं म्हणजे अजून अंड्यातून बाहेर न पडलेल्या किड्यांच्या अळ्या असतात असं तिला वाटतं.'' असं म्हणून तिने पुन्हा मूठभर वेफर्सचा बकाणा भरला. ती पुन्हा बोलू लागली तेव्हा पुन्हा त्या दोघींवर फवारा उडला. ''जर तुम्ही हे पहिलं वर्षं तगून राहिलात, तर उरलेली वर्षं कशीबशी जिवंत काढू शकता. पण खूप जण इथे टिकू शकत नाहीत. कितीतरी किंकाळ्या फोडणाऱ्या मुलांना स्ट्रेचरवरून शाळेतून बाहेर न्यावं लागलंय. मी खूपदा पाहिलंय.'' आपल्या बोलण्याचा या दोन चिमुरड्या मुलींवर काय परिणाम होतोय हे निरखायला हॉर्टेन्सिया मध्ये थांबली. फार काही नाही. दोघी अगदी शांत वाटत होत्या.

त्यामुळेच त्या मोठ्या मुलीने त्या दोघींना आणखी किश्शांची मेजवानी द्यायची ठरवली.

''ट्रन्चबुलच्या खासगी खोल्यांमध्ये एक कुलूपबंद होणारं कपाट आहे हे तुम्हाला माहीत असेलच. त्याला 'चौकी' म्हणातात. तुम्ही ऐकलंय की नाही या चौकीबद्दल?''

मटिल्डा आणि लॅव्हेंडरने नकारार्थी माना हलवल्या आणि त्या दोघी त्या अवाढव्य मुलीकडे एकटक पाहत राहिल्या. इतक्या लहान असल्यामुळे आपल्यापेक्षा मोठ्या असलेल्या कोणत्याही प्राण्याविषयी आणि खासकरून वरच्या वर्गातल्या मुलींविषयी त्यांना अविश्वास वाटत होता.

हॉर्टेन्सिया पुढे सांगू लागली, ''चौकी म्हणजे एक खूप उंच पण अरुंद कपाट आहे. त्याची जमीन फक्त दहा इंचांची आहे, त्यामुळे तिथे तुम्हाला खाली बसता येत नाही किंवा उकिडवंही होता येत नाही. उभंच राहावं लागतं. त्याच्या तीन भिंती सिमेंटच्या आहेत आणि त्यातून सगळीकडून काचांचे टोकेरी तुकडे बाहेर आलेत. त्यामुळे भिंतींना टेकता येत नाही. तुम्हाला तिथे जितका वेळ डांबून ठेवलं जाईल तितका सगळा वेळ सावधानच्या स्थितीत ताठ उभं राहावं लागतं. भयंकर आहे ती चौकी!''

''दाराला नाही का टेकता येत?'' मटिल्डाने विचारलं.

''वेडी आहेस की काय,'' हॉर्टेन्सिया म्हणाली. ''दारातून हजारो टोकदार खिळे बाहेर आले आहेत. ते खिळे बहुतेक ट्रन्चबुलने स्वतःच दाराच्या बाहेरच्या बाजूने आत ठोकलेत.''

''तू कधी गेलीयेस आत?'' लॅव्हेंडरने विचारलं.

''पहिल्या सत्रात मी सहा वेळा होते आत,'' हॉर्टेन्सियाने सांगितलं. ''दोनदा अखखा दिवस आणि इतर वेळी दोन दोन तास. पण दोन ताससुद्धा तितकेच भयंकर असतात. आत काळामिट्ट अंधार असतो आणि तुम्हाला ताठच्या ताठ उभं राहावं लागतं. जरा जरी पाय थरथरले आणि तोल गेला तर भिंतीवरच्या काचा किंवा दाराचे खिळे अंगात घुसतात.''

''पण तुला का बंद केलं होतं तिथे? काय केलं होतंस तू?'' मटिल्डाने विचारलं.

''पहिल्या वेळी मी 'गोल्डन सिरप'चा अर्धा डबा प्रार्थनेच्या वेळी ट्रन्चबुल ज्या खुर्चीवर बसते त्यावर ओतला होता. फारच भारी मजा आली. जेव्हा ती खुर्चीत बसली तेव्हा मोठ्ठ्याने पचपच आवाज आला. लिम्पोपो

नदीकाठच्या चिखलात हिप्पोपोटॅमस पाय ठेवतो तेव्हा कसा पचपचीत चिखलाचा आवाज येतो ना तसा! पण तुम्ही इतक्या लहान आणि बावळट आहात की तुम्ही 'जस्ट सो स्टोरीज' वाचलं नसेलच. हो ना?''

''मी वाचलं आहे,'' मटिल्डा म्हणाली.

''खोटारडी कुठची!'' हॉर्टेन्सिया हसत हसत म्हणाली. ''तुम्हाला तर अजून वाचताही येत नाही. पण ते जाऊ दे. तर, जेव्हा ट्रन्चबुल त्या गोल्डन सिरपवर बसली तेव्हा काय सुंदर पचपच आवाज झाला! आणि जेव्हा ती ताडकन उठली तेव्हा ती खुर्ची तिच्या घाणेरड्या हिरव्या पँट घातलेल्या बुडाला चिकटली होती. ती खुर्ची काही क्षण हवेत उचलली गेली आणि मग हळूहळू गोल्डन सिरपचा चिकटपणा कमी झाला. तिने दोन्ही हातांनी तिचं हिरव्यागार पँटमधलं बूड चाचपल्यावर तिच्या हातालासुद्धा ती चिकट घाण लागली. तिची डरकाळी तुम्ही ऐकायला हवी होती.''

''पण हे तू केलंयस हे तिला कसं कळलं?'' लॅव्हेंडरने विचारलं.

''ऑलिव्ह बॉगव्हिसल नावाच्या एका मच्छर मुलाने माझी चुगली सांगितली,'' हॉर्टेन्सिया म्हणाली. ''मी त्याचा समोरचा दातच ठोसा मारून पाडला.''

''आणि ट्रन्चबुलने तुला दिवसभर चौकीमध्ये ठेवलं?'' मटिल्डाने आवंढा गिळत विचारलं.

''अख्खा दिवस. मी बाहेर आले तेव्हा माझं डोकंच ठिकाणावर नव्हतं. मी वेड्यासारखी काहीही बडबडत होते,'' हॉर्टेन्सिया म्हणाली.

''पण नंतर तू काय काय केलंस म्हणून तुला पुन्हा चौकीत डांबलं होतं?'' लॅव्हेंडरने विचारलं.

''अं... मला काही सगळ्या गोष्टी आठवत नाहीत आता,'' हॉर्टेन्सिया म्हणाली. ती असा आव आणून बोलत होती की जणू ती अनेक लढाया लढून आलेली एखादी योद्धा असावी आणि शौर्य गाजवणं तिच्यासाठी अगदीच किरकोळ गोष्ट असावी. ती आणखी वेफर्स आपल्या तोंडात कोंबत पुढे म्हणाली, ''एक तर त्याला कित्ती दिवस लोटलेत. हां, एक किस्सा आठवला मला. काय झालं ऐका हं. सहावीच्या वर्गाला ट्रन्चबुल कधी शिकवते ते मला माहीत होतं आणि बरोबर त्याच वेळी मी हात वर करून सांगितलं की मला संडासला जायचंय. पण तिथे जायच्या ऐवजी मी हळूच ट्रन्चबुलच्या खोलीत शिरले. भराभर इकडेतिकडे शोधल्यावर मला तिच्या खेळताना घालायच्या शॉर्ट्स एका ड्रॉवरमध्ये सापडल्या.''

मटिल्डा भारल्यासारखी ऐकत होती. ती म्हणाली, ''पुढे सांग ना. मग काय झालं?''

''मी ना एक भयंकर खाज सुटणारी पावडर पोस्टाने मागवली होती,'' हॉर्टेन्सिया म्हणाली. ''त्या पावडरचं नावच 'स्किन-स्कॉर्चर' आहे आणि एका पाकिटासाठी पन्नास पेन्स पडतात. त्याच्या लेबलवर लिहिलं होतं की ती भयंकर विषारी सापांच्या दातांच्या भुकटीपासून बनवली आहे आणि त्याने त्वचेवर अक्रोडाच्या आकाराच्या गांधी उठतात. म्हणून मी ती पावडर तिच्या प्रत्येक शॉर्ट्सच्या आत भुरभुरली आणि मग त्या शॉर्ट्स पुन्हा नीट घडी करून ठेवून दिल्या.'' आणखी वेफर्स खायला हॉर्टेन्सिया मध्ये थांबली.

"मग काम फत्ते झालं की नाही?" लॅव्हेंडरने विचारलं.

"अं, काही दिवसांनी प्रार्थनेच्या वेळी अचानक ट्रन्चबुल तिथे खाली वेड्यासारखी खाजवायला लागली. 'आहा!' मी स्वतःशीच म्हणाले. आता बघा मजा! तिने आधीच खेळाचा पोशाख केला होता. तिथे बसून ते सगळं घडताना बघायला फारच मजा वाटत होती. आणि अख्ख्या शाळेत मला एकटीलाच माहीत होतं की ट्रन्चबुलच्या पँट्सच्या आत काय चाललंय ते! आणि मला सुरक्षितही वाटत होतं. मला कोणी पकडू शकणार नाही हे मला माहीत होतं. आणि तेवढ्यात तिची खाज फारच वाढली. तिला खाजवणं थांबवताच येईना. तिच्या खाली तिकडे मधमाश्यांचं पोळं आहे की काय असं वाटलं असणार तिला. मग अचानक प्रार्थना चालू असतानाच ती उडी मारून उठली आणि बूड पकडून खोलीतून धावत बाहेर गेली."

मटिल्डा आणि लॅव्हेंडर दोघीही मंत्रमुग्ध होऊन ऐकत होत्या. आपण एका 'पोहोचलेल्या' मुलीसमोर उभ्या आहोत हे दोघींनाही कळून चुकलं होतं. या मुलीने खोडसाळपणाच्या कलेला अत्युच्च पातळीवर नेऊन ठेवलं होतं. इतकंच नाही, तर या कार्यासाठी आपलं आयुष्य आणि आपलं शरीर धोक्यात घालायला तयार असणारी ही मुलगी होती. अशा या देवतेकडे त्या

दोघी थक्क होऊन बघत राहिल्या, आणि अचानक तिच्या नाकावरचा गळू हा एक नकोसा फोड न वाटता त्यांना तो तिच्या शौर्याची खूण वाटू लागला.

''पण तिने तुला त्या वेळी कसं पकडलं?'' लॅव्हेंडर इतकी चकित झाली होती की तिला बोलताना धाप लागली होती.

''नाहीच पकडलं,'' हॉर्टेन्सिया म्हणाली. ''पण तरी मला दिवसभर चौकीत बंद केलं गेलं.''

'का?' दोघींनीही विचारलं.

''त्या ट्रन्चबुलला ना अंदाज बांधायची वाईट खोड आहे. कोणी खोडी काढली असेल याचा ती अंदाज घेते आणि वाईट गोष्ट अशी की तिचे अंदाज बरेचदा बरोबर निघतात. त्या गोल्डन सिरपच्या प्रसंगामुळे या वेळी तिने माझ्यावरच पहिला संशय घेतला. मला माहीत होतं की या वेळी तिच्याकडे कोणताच पुरावा नाहीये, पण मी काहीही बोलले तरी तिच्यावर ढिम्म फरक पडला नाही. मी ओरडत होते, 'मी असं कसं काही केलं असेन मिस ट्रन्चबुल? तुम्ही शाळेत पायांच्या चड्ड्या ठेवता हेही मला माहीत नव्हतं! खाज येणारी पावडर म्हणजे काय तेही मला माहीत नाही! मी कधी ऐकलंही नाहीये त्याबद्दल!' मी इतकं चांगलं नाटक वठवलं तरी त्या खोटं बोलण्याचा काहीच फायदा झाला नाही. ट्रन्चबुलने माझा कान पकडून मला ओढतच चौकीत नेलं आणि आत ढकलून दार बंद करून टाकलं. त्या दिवशी मी दुसऱ्यांदा दिवसभर आत अडकले होते. भयंकर छळ होता तो. मी बाहेर आले तेव्हा माझं सगळं अंग खिळे आणि काचांनी कापलं गेलं होतं.''

''हे म्हणजे अगदी युद्धासारखंच झालं,'' मटिल्डा अति आश्चर्याने उद्गारली.

''अगदी बरोबर! आहेच हे युद्ध,'' हॉर्टेन्सिया ओरडली. ''आणि या युद्धात आपले कितीतरी सैनिक जखमी होतात. आपण बदल घडवून आणण्यासाठी लढणारे योद्धे आहोत, काहीच शस्त्रं नसताना आपल्या जिवानिशी लढणारे आपण धाडसी सैनिक आहोत. आणि ट्रन्चबुल म्हणजे सगळी शस्त्रं दिमतीला असणारा अंधाऱ्या साम्राज्याचा राजपुत्र आहे, ती दुष्ट सर्प आहे आणि आग ओकणारा ड्रॅगन आहे! इथलं आयुष्य फार खडतर आहे. आम्ही एकमेकांना आधार देण्याचा प्रयत्न करतो.''

अवघी तीन फूट आणि दोन इंच उंचीची लॅव्हेंडर शक्य तितकी ताठ उभी राहत म्हणाली, ''तू आमच्यावर भरवसा ठेवू शकतेस.''

"नाही," हॉर्टेन्सिया म्हणाली. "तुम्ही तर पिटपिट्या कोळंबीइतक्या लहान आहात. पण काही सांगता येत नाही. कदाचित एक दिवस तुम्ही एखादं गुप्त काम करायला उपयोगी पडालसुद्धा."

"ती काय काय करते ते जरा आणखी सांग ना. प्लीऽऽज," मटिल्डा म्हणाली.

"इथे येऊन तुम्हाला आठवडाही झाला नाहीये. मला तुम्हाला घाबरवायचं नाहीये," हॉर्टेन्सिया म्हणाली.

"नाही घाबरणार आम्ही," लॅव्हेंडर म्हणाली. "आम्ही लहान असलो तरी चांगल्या कणखर आहोत."

"मग हे ऐका," हॉर्टेन्सिया सांगू लागली. "कालच ट्रन्चबुलने ज्युलियस रॉटविंकल नावाच्या मुलाला धर्मग्रंथ वाचनाच्या तासाला गोळ्या खाताना पकडलं. तिने त्याला सरळ एका हाताला धरून उचललं आणि वर्गाच्या उघड्या खिडकीतून बाहेर फेकून दिलं. आमचा वर्ग पहिल्या मजल्यावर असतो. तिथून आम्हाला तो शाळेच्या बागेवरून फ्रिसबीसारखा गरगरत जाताना दिसला आणि मग तो धाडकन लेट्युसच्या वाफ्यात जाऊन आदळला. मग ट्रन्चबुल आमच्याकडे वळून म्हणाली, 'आतापासून कोणीही वर्गात काहीही खाताना दिसलं की त्याला सरळ खिडकीतून बाहेर फेकण्यात येईल.'"

"या ज्युलियस रॉटविंकलची हाडंबिडं मोडली की काय?" लॅव्हेंडरने विचारलं.

"थोडीशीच मोडली," हॉर्टेन्सिया म्हणाली. "लक्षात ठेवा, ट्रन्चबुल पूर्वी ब्रिटनतर्फे ऑलिंपिक्समध्ये हातोडाफेक खेळायची. त्यामुळे आपल्या उजव्या हाताविषयी तिला फारच अभिमान वाटतो."

"हातोडाफेक म्हणजे?" लॅव्हेंडरने विचारलं.

"खरं तर हातोडा म्हणजे एका साळखीच्या टोकाला बांधलेला एक भयंकर तोफगोळा असतो. फेकणारा ती साखळी धरून आपल्या डोक्याभोवती गरगर फिरवतो आणि वेग वाढवत नेऊन मग सोडून देतो. त्यासाठी तुम्हाला प्रचंड शक्ती लागते. आपल्या हातातली शक्ती टिकवून ठेवण्यासाठी ट्रन्चबुल काहीही फेकेल, खासकरून लहान मुलं!"

"बाप रे!" लॅव्हेंडर म्हणाली.

हॉर्टेन्सिया म्हणाली, ''एकदा तर मी तिला असं म्हणताना ऐकलं होतं की, मोठी मुलं साधारण ऑलिंपिक्सच्या हातोड्याच्याच वजनाची असतात, त्यामुळे सरावाला चांगली पडतात.''

त्याच क्षणी काहीतरी विचित्र घडलं. आत्तापर्यंत मैदान खेळणाऱ्या मुलांच्या किंचाळ्या आणि ओरडण्यानी भरून गेलं होतं, ते अचानक कबरस्थानाइतकं शांत झालं. ''आता जपून हं,'' हॉर्टेन्सिया कुजबुजली. मटिल्डा आणि लॅव्हेंडरने वळून पाहिलं. मुलामुलींच्या गर्दीतून मिस ट्रन्चबुलची अवाढव्य आकृती भीतिदायकपणे ढांगा टाकत पुढे येत होती. तिला वाट करून द्यायला मुलं भराभरा मागे सरकत होती. मोझेस जेव्हा लाल समुद्रातून चालत गेला तेव्हा कसं पाणी बाजूला झालं, तशीच ती डांबराच्या रस्त्यावरून पुढे येताना भासत होती. पट्टा लावलेला झगा आणि आखूड हिरव्या पँटमध्ये ती केवढीतरी धिप्पाड दिसत होती. पातळ मोज्यांच्या आतून तिच्या पीळदार पोटऱ्या पपनसांसारख्या उठून दिसत होत्या. ''ॲमांडा थ्रिप!'' ती ओरडत होती. ''एऽऽय ॲमांडा थ्रिप! इकडे ये!''

''तयारीत रहा आता!'' हॉर्टेन्सिया कुजबुजली.

''आता काय होणारंय?'' लॅव्हेंडरने हळू आवाजात विचारलं.

''त्या मूर्ख ॲमांडाने तिचे लांब केस सुट्टीत आणखीनच वाढवलेले दिसतायत,'' हॉर्टेन्सिया म्हणाली. ''आणि तिच्या आईने वेण्या घालून दिल्यायत. असं करणं हा वेडेपणाच आहे.''

''का वेडेपणा आहे?'' मटिल्डाने विचारलं.

''ट्रन्चबुलला कोणी वेण्या घातलेल्या असल्या की अजिबात सहन होत नाही!''

मटिल्डा आणि लॅव्हेंडरने पाहिलं तर हिरव्या पँटमधली ती राक्षसीण दहा वर्षांच्या एका मुलीच्या दिशेने सरकत होती. त्या मुलीच्या खांद्यांवरून तिच्या सोनेरी केसांच्या दोन वेण्या खाली आल्या होत्या. दोन्ही वेण्यांच्या टोकाला एकेक निळा सॅटीनचा बो लावला होता आणि ती खूपच छान दिसत होती. वेण्यावाली ती मुलगी म्हणजे ॲमांडा थ्रिप अगदी स्तब्ध उभी होती. समोरून चवताळलेला बैल चाल करून येत असताना एखाद्या लहानशा जागेत अडकलेल्या माणसाच्या चेहऱ्यावर जसे भाव असतील तसे भाव ॲमांडाच्या चेहऱ्यावर होते. भीतीने गाळण उडाल्यामुळे तिचे डोळे

विस्फारले होते, आणि ती थरथर कापत होती. तिला जागेवरून हलताच येत नव्हतं. आता आपलं काही खरं नाही हे तिला कळून चुकलं होतं.

मिस ट्रन्चबुल तिच्यापर्यंत पोहोचली आणि तिच्या समोर अवाढव्य पर्वतासारखी उभी ठाकली. ''उद्या शाळेत येताना मला या वेण्या नकोयत!'' ती खेकसली. ''या वेण्या कापून टाक आणि कचऱ्याच्या डब्यात फेकून दे. कळलं?''

भीतीमुळे अर्धमेली झालेली ॲमांडा कशीबशी पुटपुटली, ''म... म... माझ्या आईला आवडतात. ती र... रोज सकाळी मला वेण्या घालून देते.''

''तुझी आई मूर्ख आहे!'' ट्रन्चबुल कडाडली. एखाद्या सॉसेजइतकं जाडं बोट त्या मुलीच्या डोक्याकडे दाखवत ती ओरडली, ''डोक्यातून शेपूट उगवलेल्या उंदरासारखी दिसतेयस तू!''

''म... म... माझ्या आईला वाटतं की मी खूप गोड दिसते, मिस ट.. ट... ट्रन्चबुल,'' बशीतल्या जेलीसारखी थरथरत ॲमांडा अडखळत म्हणाली.

''तुझ्या आईला काय वाटतं याच्याशी मला काहीही देणंघेणं नाहीये!'' ट्रन्चबुल ओरडली. तिने पुढे झेपावत ॲमांडाच्या वेण्या आपल्या उजव्या हातात पकडल्या आणि सरळ तिला हवेतच उचललं. मग तिने

तिला डोक्यावर जोरजोरात गरागरा फिरवायला सुरुवात केली. तिने वेग वाढवत नेला तशी ॲमांडा विरोध करत किंकाळ्या फोडू लागली. ट्रन्चबुल ओरडली, ''वेण्या हव्यायत ना उंदरे! या घे!''

''ऑलिंपिक्सची झलक,'' हॉर्टेन्सिया पुटपुटली. ''हातोडाफेकीच्या वेळी करते तसाच ती आता वेग वाढवतीये. ती तिला नक्की फेकणारे.''

फिरणाऱ्या त्या मुलीचं वजन पेलत आता ट्रन्चबुल मागे झुकली होती. आपल्या चवड्यांवर बरोबर तोल साधून ती गरागरा फिरत होती. काही सेकंदांतच ॲमांडा थ्रिप इतकी भरभर फिरू लागली की ती अंधूकच दिसायला लागली मग अचानक मोठ्याने हुंकार देत ट्रन्चबुलने तिच्या वेण्यांवरची पकड सोडून दिली. त्याबरोबर ॲमांडा रॉकेटसारखी उंच उडाली आणि सरळ शाळेच्या तारेच्या कुंपणावरून पलीकडे गेली.

''फारच चांगली फेक, सर!'' कोणीतरी मैदानातून ओरडलं. मटिल्डा या सगळ्या प्रकाराने मंत्रमुग्धच झाली होती. तिला दिसलं की ॲमांडा थ्रिप अत्यंत लयदारपणे हवेतून खाली येत पलीकडच्या मैदानात जाऊन उतरली. तीन वेळा उड्या घेत ती गवतावर आपटून शेवटी थांबली. मग ती चक्क उठून बसली. तिला जरा चक्कर आल्यासारखं वाटत होतं, आणि ते साहजिकच होतं. पण मिनिटभरातच ती उठून उभी राहिली आणि लटपटत शाळेच्या मैदानाकडे येऊ लागली.

ट्रन्चबुल आपले हात झटकत मैदानातच उभी होती. ''वा! मी कडक प्रशिक्षण घेत नाहीये हे पाहता चांगलीच फेक होती! अजिबातच वाईट नाही,'' असं म्हणत ती ढांगा टाकत निघून गेली.

''ही ठार वेडी आहे,'' हॉर्टेन्सिया म्हणाली.

''पण पालक तक्रार करत नाहीत का?'' मटिल्डाने विचारलं.

''तुझे करतील?'' हॉर्टेन्सियाने विचारलं. ''माझे करणार नाहीत हे मला माहितेय. ती मुलांना जशी वागवते तशीच आईबाबांनाही वागवते आणि त्या सगळ्यांनासुद्धा तिची प्रचंड भीती वाटते. चला, परत भेटेनच मी तुम्हा दोघींना,'' असं म्हणून हॉर्टेन्सिया रमतगमत निघून गेली.

११

ब्रूस बॉगट्रॉटर आणि केक

“हे असं करूनही तिला कोणी काहीच कसं करत नाही?” लॅव्हेंडर मटिल्डाला म्हणाली. “मुलं घरी जाऊन हे नक्कीच आईबाबांना सांगत असतील ना. मला मुख्याध्यापिकेने असं वेण्या धरून पकडलं आणि मैदानाच्या कुंपणावरून पलीकडे भिरकावलं हे जर माझ्या बाबाला समजलं तर तो नक्कीच तक्रार करेल आणि आवाज उठवेल.”

“नाही, तो असं करणार नाही,” मटिल्डा म्हणाली. “का ते मी सांगते तुला. कारण तुझ्या बोलण्यावर त्याचा विश्वासच बसणार नाही.”

“नक्कीच विश्वास बसेल.”

“नाही,” मटिल्डा ठासून म्हणाली. “आणि त्याचं कारण उघड आहे. तू सांगितलेली गोष्ट इतकी हास्यास्पद वाटेल की कोणाचाच विश्वास बसणार नाही. आणि हेच ट्रन्चबुलचं सगळ्यात मोठं रहस्य आहे.”

“कोणतं?” लॅव्हेंडरने विचारलं.

मटिल्डा म्हणाली, “तुम्हाला जर काही करायचं असेल आणि शिक्षा टाळायची असेल तर कधीच काही अर्धवट करायचं नाही. उलट टोकाचं करायचं. अगदी अति करायचं. आणि तुम्ही जे कराल ते इतकं वेड्यासारखं असलं पाहिजे की कोणाचा विश्वासच नाही बसणार. ही वेण्यांना धरून फेकायची गोष्ट कोणत्याच आईबाबांना खरी वाटणार नाहीये. हजारो वर्षांत कधीही नाही! माझे आईबाबा तर मुळीच विश्वास ठेवणार नाहीत. ते मलाच खोटारडी म्हणतील.”

''असं असेल तर मग ॲमांडाची आई तिच्या वेण्या कापणारच नाही!'' लॅव्हेंडर म्हणाली.

''हो, नाहीच कापणार. ॲमांडा स्वतःच कापेल, बघ तू,'' मटिल्डा म्हणाली.

''तुला काय वाटतं, ती ठार वेडी आहे?'' लॅव्हेंडरने विचारलं.

''कोण?''

''तीच, ट्रन्चबुल.''

''मला नाही वाटत की ती वेडी आहे,'' मटिल्डा म्हणाली. ''पण ती फारच धोकादायक आहे. या शाळेत राहायचं म्हणजे एखाद्या नागाबरोबर एकाच पिंजऱ्यात राहण्यासारखं आहे. आपल्याला फारच चपळ राहावं लागणार.''

शाळेची मुख्याध्यापिका किती धोकादायक आहे याचं आणखी एक उदाहरण त्यांना दुसऱ्याच दिवशी मिळालं. 'जेवण झाल्याझाल्या सगळ्या मुलांनी शाळेच्या सभागृहात जमायचं आहे,' अशी मधल्या सुट्टीत घोषणा झाली.

सभागृहात सगळी म्हणजे जवळपास अडीचशे मुलंमुली जमली तेव्हा ट्रन्चबुल तरातरा चालत मंचावर आली. तिच्या सोबत इतर कोणतेच शिक्षक नव्हते. तिच्या उजव्या हातात घोडेस्वारीच्या वेळी वापरतात तसा आखूड चाबूक होता. हिरव्या पँट घातलेली ट्रन्चबुल मंचाच्या मधोमध पाय फाकवून आणि हातात चाबूक घेऊन उभी राहिली. माना उंचावून तिच्याकडे पाहणाऱ्या मुलांच्या सागराकडे ती रोखून बघत होती.

''काय होणारे आता?'' लॅव्हेंडर कुजबुजली.

''माहीत नाही,'' मटिल्डाही कुजबुजत म्हणाली.

सगळी शाळा आता पुढे काय होणार याची वाट बघू लागली.

''ब्रूस बॉगट्रॉटर!'' अचानक ट्रन्चबुल खेकसली. ''कुठाय ब्रूस बॉगट्रॉटर?''

बसलेल्या मुलांमधून एक हात वर झाला.

''चल वर ये!'' ट्रन्चबुल ओरडली. ''आणि तोंडावर जरा हुशारी दिसू दे!''

एक अकरा वर्षांचा गोलमटोल मुलगा उभा राहिला आणि भराभरा दुडक्या चालीने मंचावर चढला.

"तिथे उभा रहा!" एका बाजूला बोट करत ट्रन्चबुलने हुकूम सोडला. तो मुलगा एका बाजूला जाऊन उभा राहिला. तो घाबरला होता. आपल्याला नक्कीच कोणतं बक्षीस घ्यायला बोलवलं नाहीये हे त्याला बरोबर माहीत होतं. तो क्षणाक्षणाला अधिकाधिक सावधपणे मुख्याध्यापिका बाईंकडे बघत होता आणि पावलं घासत हळूहळू तिच्यापासून दूर सरकायचा प्रयत्न करत होता. खोलीच्या दुसऱ्या कोपऱ्यातल्या एकटक बघणाऱ्या कुत्र्यापासून

एखादा उंदीर कसा हळूहळू दूर सरकेल, अगदी तसाच. काळजीयुक्त भीतीमुळे त्याच्या गुबगुबीत, थुलथुलीत चेहऱ्याचा रंगच उडाला होता. त्याचे मोजे सैल होऊन घोट्यापाशी गोळा झाले होते.

''हा भुरटा,'' आपला चाबूक तलवारीसारखा त्याच्या दिशेने रोखत, कानठळ्या बसवणाऱ्या आवाजात मुख्याध्यापिका बाई ओरडल्या, ''तुमच्या समोर हा जो नाकावरच्या डागासारखा, घाणेरड्या पुटकुळीसारखा मुलगा उभा आहे ना, तो अंडरवर्ल्डचा गलिच्छ गुन्हेगार आहे, तो माफियाचा सदस्य आहे!''

''कोण, मी?'' ब्रूस बॉगट्रॉटरने खरोखरच गोंधळून विचारलं.

''चोर!'' ट्रन्चबुल किंचाळली. ''लुच्चा! चाचा! लुटारू! वाटमाऱ्या!''

''शांत व्हा!'' तो मुलगा म्हणाला. ''काय चाल्लंय काय, बाई?''

''एऽऽ घाणेरड्या गळवा! तू काय माझे आरोप नाकारतोयस? तू काय अपराधी नाहीयेस?''

''तुम्ही काय म्हणताय ते मला काहीच समजत नाहीये,'' तो अधिकच गोंधळून म्हणाला.

''डुकरा, मी सांगते तुला मी कशाबद्दल बोलतेय ते!'' ट्रन्चबुल ओरडली. ''काल सकाळी, छोट्या सुट्टीत तू एखाद्या सापासारखा गुपचूप स्वयंपाकघरात शिरलास आणि माझ्या चहाच्या ट्रेमधून फक्त माझ्यासाठी

बनवलेल्या चॉकलेट केकचा तुकडा चोरलास! स्वयंपाकिणीने माझ्यासाठी नुकताच ट्रे भरून तयार ठेवला होता. तो माझा नाश्ता होता! आणि केकबद्दल बोलायचं तर तो माझा खासगी केक होता! तुम्हा मुलांचा नाही! मी तुम्हाला जे बकवास खाणं देते ते मी स्वतःसुद्धा खात असेन असं तुला एक मिनिटासाठी तरी कसं वाटू शकतं? तो केक खऱ्याखुऱ्या उत्तम लोण्यापासून आणि खऱ्याखुऱ्या क्रीमपासून बनवलेला होता! आणि याने, या चोर-दरोडेखोराने, या तिजोरी फोडणाऱ्याने, हा जो घोट्यापाशी मोजे गोळा झालेला, तिकडे उभा असलेला वाटमाऱ्या आहे ना, त्याने तो चोरला आणि खाल्ला!''

''मी नाही!'' तो मुलगा उद्‌गारला. त्याचा चेहरा आता पांढराफटक पडला होता.

'बॉगट्रॉटर, खोटं बोलू नकोस!'' ट्रन्चबुल वसकली. ''स्वयंपाकिणीने पाहिलं तुला! इतकंच काय, तिने तुला तो केक खातानासुद्धा पाहिलं!''

आपल्या ओठांवर जमा झालेली थुंकी पुसायला ट्रन्चबुल क्षणभर थांबली.

ती पुन्हा बोलू लागली तेव्हा अचानक तिचा आवाज बदलला होता. ती शांतपणे, मऊ आवाजात, मैत्रीपूर्ण शब्दांत बोलू लागली होती. पुढे झुकून हसत हसत तिने विचारलं, ''तुला माझ्यासाठी बनवलेला खास चॉकलेट केक आवडतो ना, बॉगट्रॉटर? तो किती चविष्ट असतो, हो ना, बॉगट्रॉटर?'

’’

‘‘खूपच छान,’’ तो मुलगा पुटपुटला. तो स्वतःला थांबवू शकायच्या आतच त्याच्या तोंडून शब्द बाहेर पडले होते.

‘‘तुझं बरोबर आहे. खरोखरच माझा केक फारच छान असतो,’’ ट्रन्चबुल म्हणाली. ‘‘म्हणूनच मला वाटतं तू स्वयंपाकीणबाईचं अभिनंदन करायला हवं. जेव्हा एखाद्या सज्जन गृहस्थाला उत्तम जेवण मिळतं तेव्हा तो नेहमीच जेवण बनवणाऱ्याचं कौतुक करतो. तुला हे माहीत नव्हतं, हो ना, बॉगट्रॉटर? पण गुन्हेगारी जगतात वावरणाऱ्या लोकांना असे चांगले शिष्टाचार माहीत नसतातच.’’

तो मुलगा काहीच बोलला नाही.

''स्वयंपाकीणबाई!'' ट्रन्चबुल दाराकडे बघत ओरडली. ''स्वयंपाकीणबाई, इकडे ये! तू बनवलेला चॉकलेट केक किती छान होता ते बॉगट्रॉटरला तुला सांगायचंय!''

मळकट पांढरा एप्रन घातलेली एक उंच, वाळकुडलेली बाई मंचावर आली. तिच्याकडे बघून असं वाटत होतं की कधीकाळी ओव्हनमध्ये ठेवल्याने तिच्या शरीरातले सगळे द्रवपदार्थ वाळून गेलेत. तिचं असं दारातून येणं मुख्याध्यापिकेने आधीच ठरवलेलं असणार हे उघड होतं.

''मग, बॉगट्रॉटर!'' ट्रन्चबुल मोठ्याने ओरडली. ''तुला तिने बनवलेल्या चॉकलेट केकविषयी काय वाटतं ते सांग तिला.''

''खूपच छान,'' तो पुटपुटला. हे सगळं कोरोणत्या दिशेने चाललं होतं ते त्याला समजतच नव्हतं, हे त्याच्या गोंधळलेल्या चेहऱ्यावरून स्पष्ट दिसत होतं. एकच गोष्ट त्याला खात्रीशीर माहीत होती. ती म्हणजे ट्रन्चबुलला मुलांना चाबकाने मारायची कायद्याने परवानगी नव्हती. ती तो चाबूक वारंवार स्वतःच्याच मांडीवर आपटत होती. हे माहीत असल्याने त्याला जरा दिलासा मिळाला होता खरा, पण फार नाही. कारण ट्रन्चबुल अत्यंत बेभरवशाची होती. ती पुढच्या क्षणी काय करेल हे कोणालाच सांगता यायचं नाही.

''ही बघा आली,'' स्वयंपाकिणीकडे पाहत ट्रन्चबुल म्हणाली. ''बॉगट्रॉटरला तुझा केक आवडला. फार म्हणजे फारच आवडला. तुझ्याकडे त्याला आणखी द्यायला शिल्लक आहे का?''

''हो, आहे ना,'' स्वयंपाकीण म्हणाली. आपले संवाद तिने आधीच पाठ केलेले दिसत होते.

''मग जा आणि आण. आणि केक कापायला सुरीसुद्धा घेऊन ये.''

स्वयंपाकीण निघून गेली आणि काही क्षणांतच परत आली. चिनी मातीच्या एका भल्यामोठ्या ताटलीत एक गोल केक होता. त्या अवाढव्य केकच्या वजनाने तिचा चालताना तोल जात होता. त्या केकचा व्यास अठरा इंच होता आणि तो चॉकलेटच्या गडद तपकिरी क्रीमने भरलेला होता. ''टेबलावर ठेव,'' ट्रन्चबुल म्हणाली.

मंचाच्या मधोमध एक लहान टेबल आणि खुर्ची होती. स्वयंपाकिणीने काळजीपूर्वक तो केक टेबलावर ठेवला. ''खाली बस, बॉगट्रॉटर. तिथे बस,'' ट्रन्चबुल म्हणाली.

तो मुलगा सावधपणे टेबलाशी जाऊन बसला. तो त्या प्रचंड केककडे डोळे फाडून बघत होता.

''हे घे, बॉगट्रॉटर,'' ट्रन्चबुल म्हणाली. पुन्हा एकदा तिचा आवाज सौम्य, आग्रही आणि जवळपास प्रेमळ वाटावा असा झाला होता. ''हा तुझ्यासाठीच आहे. अख्खा. काल खाल्लेला तुकडा तुला इतका आवडला म्हणून मी मुद्दाम स्वयंपाकिणीला तुझ्या एकट्यासाठी मोठ्ठा केक बनवायला सांगितला.''

''अं! थँक्यू,'' तो आश्चर्यचकित होऊन म्हणाला.

''स्वयंपाकिणीचे आभार मान, माझे नाही,'' ट्रन्चबुल म्हणाली.

''थँक्यू, स्वयंपाकीण मावशी,'' तो मुलगा म्हणाला.

बुटाच्या सुरकुतलेल्या नाडीसारखी दिसणारी ती स्वयंपाकीण काहीही न बोलता, कठोर, नापसंतीदर्शक चेहऱ्याने उभी होती. तोंडात लिंबाचा रस भरलेला असावा तसा तिचा चेहरा आंबट होता.

''चल तर मग,'' ट्रन्चबुल म्हणाली. ''तू एक छानसा तुकडा कापून खाऊन बघ ना.''

''काय? आत्ता?'' तो मुलगा सावध होत म्हणाला. या सगळ्यात प्रकारात काहीतरी गडबड नक्की आहे हे त्याला समजलं होतं. पण कुठे ते कळत नव्हतं. ''त्यापेक्षा मी घरी नाही का घेऊन जाऊ शकत?'' त्याने विचारलं.

''ते वागणं उद्धटपणाचं होईल,'' ट्रन्चबुल नाटकी हसत म्हणाली. ''आपल्या स्वयंपाकिणीने किती कष्ट घेतलेत. मग तू कृतज्ञता व्यक्त करायला नको का!''

तो मुलगा जागचा हलला नाही.

''चल, चल, लवकर काप,'' ट्रन्चबुल म्हणाली. ''एक तुकडा कापून खाऊन बघ. आपल्याकडे अख्खा दिवस पडला नाहीये.''

त्या मुलाने सुरी उचलली आणि केक कापणार तोच तो थबकला. त्याने केककडे एकटक पाहिलं. मग वरती मान करून ट्रन्चबुलकडे आणि त्या आंबट तोंडाच्या, दोरासारख्या बारीक स्वयंपाकिणीकडे पाहिलं. सभागृहातली सगळी मुलं पुढे काय घडणार हे तणावपूर्ण शांततेत बघत होती. आता नक्की काहीतरी होणार याची त्यांना खात्री होती. ट्रन्चबुल कोणालाही

प्रेमळपणे एक अख्खा चॉकलेट केक खायला देणं शक्यच नव्हतं. बऱ्याच मुलांना वाटत होतं की त्या केकमध्ये मिरपूड, किंवा एरंडेल तेल किंवा तसंच घाणेरड्या चवीचं काहीतरी भरलं असणार आणि त्यामुळे त्या मुलाला भयंकर उलट्या होणार. त्यात तर अर्सेनिकसुद्धा असू शकेल आणि दहा सेकंदांच्या आत तो मरून पडेल. किंवा तो एक सापळा असेल आणि केक कापल्याक्षणी त्याचा स्फोट होईल आणि ब्रूस बॉगट्रॉटरसुद्धा त्यात उडेल. ट्रन्चबुल यापैकी काहीही करू शकते असं सगळ्या शाळेला वाटत होतं.

"मला नाही खायचाय हा केक," तो मुलगा म्हणाला.

"गुपचूप चव घे, आगाऊ कुठचा!" ट्रन्चबुल म्हणाली. "तू स्वयंपाकिणीचा अपमान करतोयस."

घाबरतच अगदी हळुवारपणे त्या मुलाने त्या प्रचंड केकचा पातळसा तुकडा कापायला सुरुवात केली. सुरीवर तो तुकडा घेऊन त्याने अलगद बाहेर ओढला. मग सुरी बाजूला ठेवून त्याने बोटांनीच तो चिकट तुकडा उचलला आणि अगदी सावकाश खायला लागला.

''चांगला आहे ना?'' ट्रन्चबुलने विचारलं.

''फारच छान,'' तो मुलगा घास चावून गिळत म्हणाला. त्याने तो तुकडा संपवला.

''आणखी एक तुकडा घे,'' ट्रन्चबुल म्हणाली.

''बास, थँक्यू,'' तो मुलगा पुटपुटला.

''मी म्हणाले आणखी एक तुकडा घे,'' ट्रन्चबुल म्हणाली. आता अचानक तिच्या आवाजाला धार आली होती. ''आणखी एक तुकडा खा! सांगते ते ऐक!''

''मला आणखी नकोय,'' तो मुलगा म्हणाला.

एकदम ट्रन्चबुलचा स्फोटच झाला. ''खा!'' चाबकाने स्वतःच्याच मांडीवर फटके मारत ती कडाडली. ''मी तुला खायला सांगितलं की तू खाल्लंच पाहिजेस! तुला केक हवा होता ना! तू केक चोरलास! आता तुला केक मिळालाय! इतकंच नाही तर तो तू खाणारेस! तुझ्या समोर ठेवलेला हा अख्खा केक तू खाईपर्यंत या मंचावरून उतरायचं नाहीस आणि कोणीही या सभागृहातून बाहेर पडणार नाही! समजलं का, बॉगट्रॉटर? मी काय म्हणतेय ते शिरतंय का डोक्यात?''

त्या मुलाने एकदा ट्रन्चबुलकडे पाहिलं आणि मग त्या भल्यामोठ्या केककडे.

''खा! खा! खा!'' ट्रन्चबुल ओरडत होती.

अगदी सावकाश त्या मुलाने आणखी एक तुकडा कापला आणि खायला सुरुवात केली.

मटिल्डा फारच कुतुहलाने पाहत होती. ''त्याला जमेल का? तुला काय वाटतं?'' तिने लॅव्हेंडरला हळू आवाजात विचारलं.

''नाही,'' लॅव्हेंडर कुजबुजली. ''शक्यच नाही. अर्धा केक संपायच्या आतच त्याला उलटी होईल.''

तो मुलगा खात राहिला. दुसरा तुकडा संपल्यावर त्याने साशंकपणे ट्रन्चबुलकडे पाहिलं.

''खा!'' ती ओरडली. ''केक आवडणाऱ्या हावरट चोरांनी केक खाल्लाच पाहिजे! भराभरा खा, मुला! भराभरा खा! अख्खा दिवस आम्हाला इथे थांबायचं नाहीये! आणि आत्तासारखं थांबू नकोस! पुढच्या वेळी सगळा केक संपायच्या आधी थांबलास तर सरळ चौकीत नेईन आणि तुला बंद करून किल्ली विहिरीत फेकून देईन!''

त्या मुलाने तिसरा तुकडा कापून खायला सुरुवात केली. आधीच्या दोन तुकड्यांपेक्षा त्याने तिसरा तुकडा लवकर संपवला आणि तो संपल्यासंपल्या त्याने सुरी घेऊन पुढचा तुकडा कापला. हळूहळू त्याच्यात एक वेगळाच आत्मविश्वास आल्यासारखं वाटत होतं.

मटिल्डा अगदी सूक्ष्मपणे त्याचं निरीक्षण करत होती. अजूनतरी तिला त्या मुलाला त्रास होत असल्याचं कोणतंही चिन्ह दिसत नव्हतं. उलट पुढे जाता त्याच्यातला आत्मविश्वास वाढल्यासारखंच वाटत होतं. ''चांगला खातोय की,'' ती लॅव्हेंडरच्या कानात कुजबुजली.

''थोड्याच वेळात त्याला उलटी होईल,'' लॅव्हेंडर हळूच म्हणाली. ''भयंकर होणारे!''

जेव्हा ब्रूस बॉगट्रॉटरने तो भलामोठा केक अर्धा संपवला तेव्हा तो दोन क्षण थांबला आणि त्याने खूप खोल श्वास घेतले.

कमरेवर हात ठेवून ट्रन्चबुल त्याच्याकडे रोखून पाहत होती. ''चल आटप! खा लवकर!'' ती ओरडली.

अचानक त्या मुलाने इतका मोठा ढेकर दिला की त्या सभागृहात ढगांचा गडगडाट झाल्यासारखं वाटलं. प्रेक्षकांपैकी बरेच जण फिदीफिदी हसायला लागले.

'शांतता!' ट्रन्चबुल ओरडली.

त्या मुलाने एक मोठा तुकडा कापून भराभरा खायला सुरुवात केली. अजूनही तो दमला असल्याचं किंवा हार मानेल असं कोणतंही चिन्ह दिसत नव्हतं. ''नाही! मी नाही आणखी खाऊ शकत! मला आता उलटी होणारंय!'' असं तो थांबून ओरडेल असं तर मुळीच वाटत नव्हतं. अजूनही तो व्यवस्थित खात होता.

आणि आता त्या अडीचशे प्रेक्षक मुलांमध्ये एक हलकासा बदल होऊ लागला होता. सुरुवातीला त्यांना काहीतरी भयंकर आपत्ती येणार– अशी जाणीव झाली होती. एका अत्यंत नकोशा दृश्यासाठी त्यांनी मनाची तयारी केली होती. ज्यात, केक घशाशी येईपर्यंत खाल्यानंतर त्या बिचाऱ्या मुलाने हार मानली असती आणि दयेची याचना केली असती. आणि मग विजयी झालेल्या ट्रन्चबुलला त्या धाप लागलेल्या मुलाच्या तोंडात आणखी आणखी केक कोंबताना सगळ्या शाळेला बघावं लागलं असतं.

पण असं काही अजिबातच झालं नव्हतं. ब्रूस बॉगट्रॉटरने तीन चतुर्थांश केक संपवला होता आणि अजूनही तो नीटच खात होता. त्याला तर आता मजा यायला लागलीये की काय, अशी शंका पाहणाऱ्याला आली असती. त्याला डोंगर चढायची शिक्षा मिळाली होती आणि तो नक्की डोंगर चढून जाणार होता किंवा तसा प्रयत्न करताना प्राण देणार होता. इतकंच नाही, तर प्रेक्षक मुलं कशी शांतपणे आपल्या पाठिंबा देतायत याची त्याला आता व्यवस्थित जाणीव झाली होती. ही तर त्याच्या आणि ट्रन्चबुलच्या मधली लढाईच होती.

अचानक कोणीतरी ओरडलं, ‘‘शाब्बास, ब्रूसी! तुला जमेल!’’

ट्रन्चबुल गर्रकन मागे वळली आणि ओरडली, ‘‘गप्प बसा!’’ सगळी मुलं एकटक बघत होती. ही स्पर्धा पाहण्यात सगळे गुंग झाले होते. त्यांना

सगळ्यांना ब्रूसला प्रोत्साहन द्यायला ओरडावंसं वाटत होतं पण कोणाची हिंमत होत नव्हती.

''मला वाटतं तो संपवणार केक,'' मटिल्डा कुजबुजली.

''हो, मलाही तसंच वाटतंय,'' लॅव्हेंडरही कुजबुजली. ''इतका मोठा केक जगात कोणीही एकट्याने खाऊ शकेल यावर माझा विश्वासच बसला नसता.''

''ट्रन्चबुलचाही विश्वास नाहीये,'' मटिल्डा म्हणाली. ''बघ तिच्याकडे. तिचा चेहरा लाल लाल होत चाललाय. तो जिंकला तर ती मारूनच टाकेल त्याला.''

त्या मुलाचा वेग आता कमी कमी होत होता, याबद्दल शंकाच नव्हती. पण तरीही तो केकचे तुकडे तोंडात कोंबत होता. लांब पल्ल्याचं अंतर पळणाऱ्या धावपटूला जशी समाप्तीची रेष दिसते आणि आपण पळत

राहिलं पाहिजे या निर्धाराने तो पुढे जातो, तसा ब्रूसचा निर्धार वाटत होता. जेव्हा त्याने शेवटचा घास खाल्ला तेव्हा सभागृहातून प्रचंड जल्लोष झाला. सगळी मुलं खुर्च्यांवर उभी राहून ओरडत होती आणि टाळ्या वाजवत म्हणत होती, ''शाब्बास, ब्रूसी! तू करून दाखवलंस, ब्रूसी! तू तर सुवर्णपदक जिंकलंयस ब्रूसी!''

ट्रन्चबुल मंचावर जागच्या जागी खिळली होती. तिचा भलामोठा घोड्यासारखा चेहरा वितळलेल्या लाव्हाच्या रंगाचा झाला होता आणि तिचे डोळे संतापाने चमकत होते. ती रागाने ब्रूस बॉगट्रॉटरकडे रोखून बघत होती. आणि तो एखाद्या अति खाऊन फुगलेल्या अळीसारखा सुस्तावलेला दिसत होता. त्याला आता हलताही येत नव्हतं की बोलताही येत नव्हतं. त्याच्या कपाळावर घामाचे थेंब चमकायला लागले होते पण त्याच्या चेहऱ्यावर विजयी हास्य होतं.

अचानक ट्रन्चबुल पुढे झेपावली आणि तिने केकची ती चिनी मातीची भलीमोठी रिकामी ताटली खसकन ओढून घेतली. तिने ती उंच उचलली आणि बिचाऱ्या ब्रूस बॉगट्रॉटरच्या डोक्यावरच फोडली. तिचे तुकडे सगळ्या मंचावर इतस्ततः उडाले.

त्या मुलाने इतका केक खाल्ला होती की तो ओल्या सिमेंटच्या पोत्यासारखा जड झाला होता आणि मोठ्या हातोडीने मारलं असतं तरी त्याला काही झालं नसतं. त्यामुळे ताटली डोक्यावर फुटल्यावर त्याने फक्त डोकं दोनतीनदा झटकलं आणि तो पुन्हा हसू लागला.

''खड्ड्यात जाऽऽ!'' ट्रन्चबुल किंचाळली आणि स्वयंपाकिणीबरोबर मंचावरून तरातरा निघून गेली.

१२

लॅव्हेंडर

मटिल्डाच्या पहिल्या सत्राच्या पहिल्याच आठवड्याच्या मध्यात, मिस हनी मुलांना म्हणाली, ''मला तुम्हाला एक महत्त्वाची बातमी सांगायची आहे. नीट लक्ष देऊन ऐका. मटिल्डा, तूसुद्धा. ते पुस्तक जरा खाली ठेव आणि इथे लक्ष दे.''

लहान लहान उत्सुक चेहरे मिस हनीकडे पाहू लागले.

मिस हनी पुढे सांगू लागली, ''दर आठवड्याला एक तास स्वतः घ्यायचा अशी मुख्याध्यापिका बाईंची पद्धत आहे. शाळेतल्या प्रत्येक वर्गाचा एक तास त्या घेतात आणि प्रत्येक वर्गाच्या तासाचा दिवस आणि वेळ ठरलेली असते. आपल्या वर्गावर त्या दर गुरुवारी, जेवणाच्या सुट्टीनंतरचा दोन वाजताचा तास घेतात. त्यामुळे उद्या दुपारी दोन वाजता मिस ट्रन्चबुल एक तासभर माझ्याऐवजी वर्गावर असतील. मीही इथेच असेन, पण फक्त एक मूक साक्षीदार म्हणून. समजलं?''

''हो, मिस हनी,'' सगळी मुलं चिवचिवली.

''तुम्हाला आत्ताच सावधगिरीची सूचना देते,'' मिस हनी म्हणाली. ''मुख्याध्यापिका बाई सगळ्याच बाबतीत कडक शिस्तीच्या आहेत. तुमचे कपडे, तुमचे चेहरे आणि तुमचे हात अगदी स्वच्छ आहेत ना याची खात्री करून घ्या. जेव्हा त्या तुमच्याशी बोलतील तेव्हाच फक्त बोला. तुम्हाला काही प्रश्न विचारला तर उत्तर द्यायच्या आधी पटकन उभे राहा. त्यांच्याशी मुळीच वाद घालू नका. कधीही उलट उत्तर देऊ नका. अजिबात गमतीशीर काही बोलू किंवा वागू नका. जर यापैकी तुम्ही काही केलंत तर

मुख्याध्यापिका बाईंना राग येईल आणि जेव्हा त्यांना राग येतो तेव्हा आपलं काही खरं नसतं.''

''ते तर माहीतच आहे,'' लॅव्हेंडर पुटपुटली.

''माझी जवळपास खात्री आहे, की त्या या आठवड्यात तुम्ही काय शिकलात ते पाहतील,'' मिस हनी म्हणाली. ''म्हणजे दोनचा पाढा. तर माझा असा सल्ला आहे की आज घरी जाऊन चांगलं पाठांतर करून या. आईला किंवा बाबाला पाढा म्हणून दाखवा.''

''आणखी कशाबद्दल परीक्षा घेतील त्या?'' कोणीतरी विचारलं.

''स्पेलिंग,'' मिस हनी म्हणाली. ''या गेल्या काही दिवसांत तुम्ही जे जे शिकला आहात ते सगळं लक्षात ठेवायचा प्रयत्न करा. आणखी एक

गोष्ट. जेव्हा मुख्याध्यापिका वर्गात येतील तेव्हा टेबलावर पाण्याचा जग आणि ग्लास असलाच पाहिजे. त्याशिवाय त्या कधीच तास घेत नाहीत. हं, तर हे पाणी आणून ठेवायची जबाबदारी कोण घेईल?''

''मी,'' लॅव्हेंडर ताबडतोब म्हणाली.

''छान! चालेल, लॅव्हेंडर,'' मिस हनी म्हणाली. ''तास सुरू व्हायच्या आधी स्वयंपाकघरातून जग भरून पाणी आणून स्वच्छ रिकाम्या ग्लाससोबत तो जग इथे ठेवायची जबाबादारी तुझी.''

''पण स्वयंपाकघरात जग नसेल तर?'' लॅव्हेंडरने विचारलं.

''मुख्याध्यापिका बाईंचे एक डझनभर जग आणि ग्लासेस तिथे असतात. शाळेत सगळीकडे ते वापरतात.''

''मी नाही विसरणार,'' लॅव्हेंडर म्हणाली. ''नक्की!''

पाण्याच्या जगमुळे आपल्यापुढे निर्माण झालेल्या अनेक शक्यतांचा विचार आत्तापासूनच लॅव्हेंडरच्या करामती डोक्यात सुरू झाला होता. तिला खरोखर हीरोसारखं काहीतरी शौर्य गाजवायचं होतं. हॉर्टेन्सियाने शाळेत ज्या साहसी गोष्टी केल्या होत्या त्यामुळे लॅव्हेंडर फारच प्रभावित झाली होती. शिवाय मटिल्डाने तिला घरी केलेल्या पोपटाच्या कृत्याबद्दलचं आणि बाबाच्या केसांच्या तेलाबद्दलचं गुपित सांगितलं होतं. आता हिरॉइन बनायची तिची पाळी होती. फक्त काहीतरी भारी कल्पना सुचायला हवी होती.

त्या दिवशी दुपारी शाळेतून घरी जाताना ती त्या वेगवेगळ्या शक्यतांचा विचार करत होती. शेवटी तिला एक खूपच भन्नाट कल्पना सुचली. ड्यूक ऑफ वेलिंग्टनने वॉटरलूच्या लढाईपूर्वी जशी काळजीपूर्वक योजना आखली असेल, तशाच पद्धतीने लॅव्हेंडर आपल्या कल्पनेचा विस्तार करून योजना आखू लागली. या वेळी तिचा प्रतिस्पर्धी अर्थातच नेपोलियन नव्हता, पण त्यांची मुख्याध्यापिका या प्रसिद्ध फ्रेंच माणसापेक्षा तसूभरही कमी भयंकर शत्रू नव्हती यावर क्रन्चेम हॉलमधल्या एकूणएक मुलांचं एकमत झालं असतं. 'तुला या पराक्रमातून सहीसलामत बाहेर पडायचं असेल, तर खूपच कौशल्यपूर्वक आणि अत्यंत गुप्तपणे सगळं करावं लागेल,' असं लॅव्हेंडरने स्वतःला बजावलं.

लॅव्हेंडरच्या घराच्या बागेच्या एका कोपऱ्यात एक चिखलट पाण्याचं तळं होतं. तिथे न्यूट्स म्हणजे पाणसरडे राहायचे. इंग्लंडमध्ये पाणसरडे

अगदी सामान्यपणे आढळून येत असले तरी बरेचदा लोकांनी ते बघितलेले नसतात. कारण हा अतिशय लाजाळू आणि गढूळ पाण्यात राहणारा प्राणी आहे. मगरीच्या पिल्लासारखा, पण जरा आखूड डोकं असलेला हा पाणसरडा अगदी किळसवाणा आणि घाणेरडा दिसतो. तो खरं तर अजिबात उपद्रवी नसतो, पण त्याला बघून मात्र तसं वाटतं. तो सहाएक इंच लांबीचा असतो आणि खूपच बुळबुळीत असतो. त्याची पाठ हिरवट राखाडी रंगाची आणि पोट केशरी रंगाचं असतं. पाणसरडा खरं तर उभयचर प्राणी आहे, म्हणजेच तो पाण्यात आणि पाण्याबाहेरही राहू शकतो.

त्या दिवशी संध्याकाळी एक पाणसरडा पकडायचाच असा निश्चय करून लॅव्हेंडर बागेत गेली. खरंतर पाणसरडे सुळ्कन पोहत असतात आणि चपळ असल्याने त्यांना पटकन पकडता येत नाही. तळ्याच्या काठावर पालथं पडून ती बराच वेळ संयमाने वाट बघत राहिली. शेवटी एकदाचा तिला एक पाणसरडा दिसला. शाळेत जाताना घालायची हॅट जाळ्यासारखी वापरून तिने ती झपकन पाण्यात घातली आणि त्यात त्या पाणसरड्याला पकडलं. तिने कंपासपेटीमध्ये तळ्यातल्या पाणवनस्पती भरून त्या पाणसरड्यासाठी ती पेटी तयार करून ठेवली होती. पण हॅटमध्ये आलेल्या पाणसरड्याला कंपासपेटीत घालणं अजिबात सोपं काम नाहीये हे तिच्या लक्षात आलं. तो सारखा वळवळत होता आणि त्यातच ती कंपासपेटी जेमतेम तो मावू शकेल इतक्याच आकाराची होती. शेवटी एकदाचा तिने तो पाणसरडा पेटीत घातला. झाकण सरकवून बंद करताना त्याची शेपटी अडकलेली नाहीये ना याची तिने खात्री करून घेतली. शेजारच्या रुपर्ट एन्टविसल नावाच्या मुलाने तिला सांगितलं होतं, की जर पाणसरड्याची शेपूट तुटली तर ती जिवंत राहते आणि त्यातून दुसरा पाणसरडा तयार होतो. आणि तो पहिल्यापेक्षा दहा पट मोठा असतो. तो तर मगरीएवढा असू शकतो. लॅव्हेंडरचा त्याच्या बोलण्यावर विश्वास बसला नाही, पण तरी असा धोका पत्करायला ती तयार नव्हती.

शेवटी एकदाचं तिला झाकण बंद करता आलं आणि तो पाणसरडा बंदिस्त झाला. मग पुन्हा काहीतरी विचार करून तिने कंपासपेटीचं झाकण अगदी थोडंसं उघडलं, म्हणजे त्याला श्वास घेता आला असता.

दुसऱ्या दिवशी तिने सॅकमधून आपलं गुप्त अस्त्र शाळेत नेलं. तिला अति उत्साहामुळे आतल्या आत गुदगुल्या होता होत्या. तिला आपली लढाईची योजना मटिल्डाला सांगायची फार इच्छा होत होती. खरं तर तिला सगळ्या वर्गालाच सांगावंसं वाटत होतं. पण शेवटी तिने कोणालाच सांगायचं नाही असं ठरवलं. हेच जास्त चांगलं होतं, म्हणजे कोणाचाही कितीही भयंकर छळ झाला असता तरी कोणालाच तिचं नाव सांगता आलं नसतं.

जेवणाची सुट्टी झाली. आज जेवायला सॉसेजेस आणि बेक्ड बीन्स होत्या. लॅव्हेंडरचे आवडते पदार्थ असूनही तिला जेवण गेलं नाही.

''लॅव्हेंडर, तुला बरं वाटतंय ना?'' टेबलाच्या एका टोकाशी बसलेल्या मिस हनीने विचारलं.

''मी नाश्ताच खूप केला होता, त्यामुळे आत्ता भूकच नाहीये,'' लॅव्हेंडर उत्तरली.

जेवण झाल्याझाल्या लगेच ती स्वयंपाकघरात पळाली आणि ट्रन्चबुलच्या प्रसिद्ध जगपैकी एक तिने घेतला. निळ्या चमकदार चिनी मातीचा तो जग चांगलाच मोठा होता. लॅव्हेंडरने त्यात अर्धं पाणी भरलं आणि एक ग्लास घेऊन ती वर्गात आली. तिने तो जग आणि ग्लास टेबलावर ठेवला. वर्ग अजून रिकामाच होता. वाऱ्याच्या वेगाने लॅव्हेंडरने आपल्या दप्तरामधून कंपासपेटी काढली आणि त्याचं झाकण थोडंसं सरकवलं. तो पाणसरडा हालचाल न करता पडून होता. अगदी

काळजीपूर्वक तिने ती कंपासपेटी जगच्या तोंडापाशी धरली आणि झाकण सरकवून पूर्ण उघडत त्या पाणसरड्याला आत टाकलं. पचक् आवाज होऊन तो पाणसरडा पाण्यात पडला. काही सेकंद तो जोरजोरात पाय हलवत पोहला आणि मग शांत झाला. मग त्या पाणसरड्याला घरच्यासारखं वाटावं म्हणून लॅव्हेंडरने कंपासपेटीतल्या पाणवनस्पतीसुद्धा जगमध्ये टाकायचं ठरवलं.

काम झालं होतं. सगळं तय्यार होतं. लॅव्हेंडरने त्या ओल्या कंपासपेटीत पुन्हा आपल्या पेन्सिली ठेवल्या आणि ती आपल्या बाकाच्या खणात ठेवून दिली. मग ती बाहेर मैदानात जाऊन इतर मुलांमध्ये मिसळली आणि तास सुरू होण्याची वाट पाहू लागली.

१३

साप्ताहिक चाचणी

बरोब्बर दोन वाजता मिस हनीसकट सगळी मुलं वर्गात जमली. जग आणि पाण्याचा ग्लास व्यवस्थित जागेवर आहे ना हे मिस हनीने पाहून घेतलं. मग ती वर्गाच्या अगदी मागे जाऊन उभी राहिली. सगळे वाट बघू लागले. अचानक पट्टा लावलेला झगा आणि हिरवी आखूड पँट घातलेली मुख्याध्यापिकेची अवाढव्य आकृती वर्गात शिरली.

''गुड आफ्टरनून, मुलांनो!'' ती वसकन म्हणाली.

''गुड आफ्टरनून, मिस ट्रन्चबुल,'' मुलं चिवचिवली.

वर्गाच्या समोर, पाय फाकवून, हात कमरेवर ठेवून मुख्याध्यापिका सगळ्या चिमुकल्या मुलामुलींकडे रोखून पाहू लागली. सगळी मुलं अस्वस्थपणे, जराशी घाबरून आपापल्या बाकांवर बसली होती.

''हुं! फार काही चांगलं दृश्य नाहीये,'' ती म्हणाली. तिच्या चेहऱ्यावर तीव्र नापसंतीचे भाव होते. जणू काही खोलीच्या मध्यावर एखाद्या कुत्र्याने काहीतरी करून ठेवलं असावं तेच ती बघत होती. ''तुम्हा चामखिळ्यांकडे नुसतं बघूनसुद्धा मला मळमळायला लागलंय,'' ती म्हणाली.

यावर गप्प राहण्याइतके ते सगळे शहाणे होते.

''तुमच्यासारख्या कचऱ्याला माझ्या शाळेत पुढची सहा वर्षं सहन करावं लागणारे या विचारानेच मला उलटी होतेय,'' ती पुढे म्हणाली. ''तुमच्यापैकी जास्तीतजास्त मुलांना लवकरात लवकर शाळेतून काढून टाकलं नाही तर मलाच वेड लागेल.'' असं म्हणून तिने रागाने फूत्कार

सोडले. तो आवाज विचित्र आणि गमतीदार होता. घोड्यांना खायला देताना तुम्ही जर तबेल्यातून फेरफटका मारलात तर तुम्हाला असे आवाज ऐकू येतील. ''मला वाटतं,'' ती पुढे म्हणाली, ''तुमचे आईवडील तुम्हाला सांगत असतील की तुम्ही फार छान मुलं आहात. पण मी तुम्हाला अगदी विरुद्ध सांगणार आहे आणि माझ्यावर तुम्ही विश्वास ठेवलाच पाहिजे. चला, उभे रहा सगळे!''

सगळी मुलं पटकन उभी राहिली.

''आता हात समोर धरा. आणि मी समोरून चालत जाईन तेव्हा हात पालथे करा म्हणजे दोन्ही बाजूंनी स्वच्छ आहेत का ते मला बघता येईल.''

ट्रन्चबुल बाकांच्या ओळींमधून हळूहळू चालत मुलांचे हात तपासू लागली. दुसऱ्या ओळीतल्या एका लहानखुऱ्या मुलाशी पोहोचेपर्यंत सगळं ठीक चाललं होतं.

''तुझं नाव काय रे?'' ती खेकसली.

''नायजेल,'' तो मुलगा उत्तरला.

''नायजेल काय?''

''नायजेल हिक्स,'' तो मुलगा म्हणाला.

''नायजेल हिक्स काय?'' ट्रन्चबुल कडाडली. ती इतकी जोरात ओरडली की तो मुलगा खिडकीतून बाहेरच उडून जाणार होता.

''एवढंच आहे,'' नायजेल म्हणाला. ''तुम्हाला माझ्या वडलांचं नावसुद्धा हवं असेल तर...'' तो लहानगा चांगलाच धीट होता. आपल्या समोर उभ्या असलेल्या राक्षसिणीची भीती न वाटून घ्यायचा प्रयत्न तो करत होता, हे दिसत होतं.

''एऽऽ घाणेरड्या! मला मुळीच तुझ्या बापाचं नाव नकोय!'' ती राक्षसीण किंचाळली. ''माझं नाव काये?''

''मिस ट्रन्चबुल,'' नायजेल म्हणाला.

''मग माझ्याशी बोलताना ते वापरायचं! आता, पुन्हा एकदा... तुझं नाव काय?''

''नायजेल हिक्स, मिस ट्रन्चबुल,'' नायजेल म्हणाला.

''हं! हे जास्त बरं आहे,'' ट्रन्चबुल म्हणाली. ''नायजेल, तुझे हात मळकट्ट आहेत! कधी धुतले होतेस?''

''अं... आठवून सांगतो हं,'' नायजेल म्हणाला. ''नीट आठवणं फारच कठीण आहे. काल असेल किंवा परवासुद्धा असेल.''

सालकलच्या पंपाने हवा भरल्यासारखं ट्रन्चबुलचं अख्खं शरीर आणि चेहरा फुगल्यासारखा झाला.

''मला माहीतच होतं!'' ती कडाडली. ''तुला बघताक्षणीच मला कळलं होतं की तू एक गलिच्छ मच्छर आहेस! तुझा बाप काय काम करतो? गटारं साफ करण्याचं की काय?''

''तो डॉक्टर आहे,'' नायजेल म्हणाला. ''आणि फार छान डॉक्टर आहे. तो म्हणतो की आपल्या सगळ्यांच्या शरीरावर नेहमीच इतके जंतू असतात की आणखी थोडी घाण असेल तर काही फरक पडत नाही.''

''तो माझा डॉक्टर नाहीये, हे नशीब!'' ट्रन्चबुल म्हणाली. ''आणि तुझ्या शर्टावर बेक्ड बीन का लागलीये बरं?''

''आम्ही जेवताना बेक्ड बीन्स खाल्ल्या, मिस ट्रन्चबुल.''

''आणि तू नेहमी तुझं जेवण शर्टावर ठेवतोस का, नायजेल? तुझ्या त्या प्रसिद्ध डॉक्टर बापाने तुला हेच करायला शिकवलं आहे का?''

''बेक्ड बीन्स खाणं किती कठीण असतं. त्या माझ्या काट्यावरून सारख्या पडतात.''

''किती किळसवाणा आहेस तू!'' ट्रन्चबुल मोठ्याने ओरडली. ''तू तर चालता-फिरता जंतूंचा कारखाना आहेस! मला तुझ्याकडे बघायचंसुद्धा नाहीये! जा कोपऱ्यात जाऊन भिंतीकडे तोंड करून एका पायावर उभा राहा!''

''पण, मिस ट्रन्चबुल...''

''एऽऽ मुला, माझ्याशी वाद घालू नकोस, नाही तर तुला डोक्यावर उभं राहायला लावेन! आता जा चल!''

नायजेल कोपऱ्यात जाऊन उभा राहिला.

''आता मी तुझी स्पेलिंगची परीक्षा घेताना तिथे तसाच उभा रहा. बघू तरी या आठवड्यात तू काही शिकला आहेस की नाही. आणि माझ्याशी बोलताना मागे वळून बघू नकोस. तुझा घाणेरडा चेहरा भिंतीकडेच ठेव. चल मग, 'राइट'चं स्पेलिंग सांग.''

''कोणतं राइट?'' नायजेलने विचारलं. ''आपण पेनने करतो ते, का चूक या शब्दाच्या विरुद्ध असतं ते?'' नायजेल खूपच हुशार होता आणि त्याच्या आईने घरी त्याचा स्पेलिंग आणि वाचनाचा बराच अभ्यास घेतलेला होता.

''पेनने करतो ते 'राइट', बावळट मुला!''

नायजेलने राइटचं बरोबर स्पेलिंग सांगितल्यावर ट्रन्चबुलला आश्चर्य वाटलं. आपण त्याला फारच अवघड शब्दाचं स्पेलिंग विचारलं आहे आणि हा शब्द त्याने अजून शिकला नसणार असं तिला वाटलं होतं. पण त्याने बरोबर उत्तर दिल्याने तिची चिडचिड झाली.

अजूनही एका पायावर तोल संभाळत भिंतीकडे तोंड करून उभा असलेला नायजेल तेवढ्यात म्हणाला, ''कालच मिस हनीने आम्हाला एका नवीन मोठ्या शब्दाचं स्पेलिंग शिकवलं.''

''कोणता शब्द होता तो?'' ट्रन्चबुलने हळू आवाजात विचारलं. तिचा आवाज जितका हळू व्हायचा तितका तिच्यापासून जास्त धोका असायचा. पण नायजेलला काही हे माहीत नव्हतं.

''डिफिकल्टी','' तो म्हणाला. ''वर्गातल्या सगळ्यांना आता डिफिकल्टीचं स्पेलिंग येतं.''

''काय मूर्खपणा आहे हा,'' ट्रन्चबुल म्हणाली. ''तुम्हाला इतक्या मोठ्या शब्दांची स्पेलिंग्ज आठ-नऊ वर्षांचे झाल्यावर येणं अपेक्षित आहे. आणि वर्गातल्या सगळ्यांना ते येतं असं तर मला सांगूच नकोस. तू खोटं बोलतोयस, नायजेल.''

''कोणाचीतरी परीक्षा घ्या,'' नायजेल म्हणाला. असं बोलून तो खूपच मोठा धोका पत्करत होता. ''कोणालाही विचारून बघा.''

ट्रन्चबुलचे चमकणारे भयानक डोळे सगळ्या वर्गावरून गर्रकन फिरले. ''तू!'' एका चिमुकल्या आणि बावळट दिसणाऱ्या प्रूडन्स नावाच्या मुलीकडे बोट दाखवत ट्रन्चबुल म्हणाली, ''डिफिकल्टीचं स्पेलिंग सांग.''

प्रूडन्सने क्षणाचाही विलंब न लावता चक्क बरोबर उत्तर दिलं.

आता ट्रन्चबुल खरोखरच चकित झाली होती. ''हुं!!'' ती संतापाने फुरफुरली. ''आणि मला वाटतं मिस हनीने तुम्हाला ते एक स्पेलिंग शिकवायला अख्खा तास वाया घालवला असेल?''

''नाही, नाही, अजिबात नाही,'' नायजेल चिवचिवला. ''मिस हनीने आम्हाला ते स्पेलिंग तीन मिनिटांत शिकवलं आणि असं शिकवलं की आम्ही ते कधीच विसरणार नाही. त्या आम्हाला तीन-तीन मिनिटांत खूप शब्द शिकवतात.''

''आणि ही कोणती जादूई पद्धत आहे, मिस हनी?'' मुख्याध्यापिकेने विचारलं.

''मी दाखवतो,'' धीट नायजेल मिस हनीच्या मदतीला येत पुन्हा एकदा चिवचिवला. ''मी तुम्हाला दाखवताना माझा दुसरा पाय टेकवून तिकडे वळू का, प्लीज?''

''मुळीच नाही!'' ट्रन्चबुल फाडकन म्हणाली. ''तिथेच आहेस तसा उभा राहा आणि म्हणून दाखव!''

''ठीके,'' एका पायावर डगमगत उभा राहत नायजेल म्हणाला. ''मिस हनी आम्हाला प्रत्येक शब्दासाठी एक छोटंसं गाणं शिकवतात. मग आम्ही सगळे मिळून ते गाणं म्हणतो आणि लग्गेच आमचा शब्द पाठ होऊन जातो. तुम्हाला डिफिकल्टी शब्दाचं गाणं ऐकायला आवडेल?''

''फाऽऽरच आवडेल,'' ट्रन्चबुलच्या आवाजात उपहास ओथंबलेला होता.

''ऐका तर मग,'' नायजेल म्हणाला.

''मिसेस डी, मिसेस आय, मिसेस एफएफआय
मिसेस सी, मिसेस यू, मिसेस एलटीवाय.

झालं डिफिकल्टीचं स्पेलिंग!''

''कित्ती कित्ती खुळचटपणा!'' ट्रन्चबुल कुत्सितपणे फूत्कारली. ''या सगळ्या बायकांची लग्नं का झालीयेत? आणि तसंही तुला स्पेलिंग शिकवताना गाणी शिकवायला कोणीही परवानगी दिलेली नाहीये. मिस हनी, पुन्हा हे घडता कामा नये.''

''पण या प्रकारे त्यांना कठीण शब्दांची स्पेलिंग अगदी सहज पाठ होतात,'' मिस हनी पुटपुटली.

''माझ्याशी वाद घालू नकोस, मिस हनी!'' मुख्याध्यापिका कडाडली. ''तुला सांगितलंय तेवढं कर! आता मी पाढ्यांची परीक्षा घेणारंय. म्हणजे मिस हनीने तुम्हाला त्याबद्दल काही शिकवलंय की नाही ते मला कळेल.'' ट्रन्चबुल आता पुन्हा वर्गाच्या समोर जाऊन उभी राहिली होती आणि तिची दुष्ट नजर पुन्हा एकदा लहान लहान मुलांच्या ओळींमधून फिरत होती. ''तू!'' पुढच्या ओळीतल्या एका रूपर्ट नावाच्या मुलाकडे बोट दाखवत ती वसकली. ''बे साती किती?''

''सोळा,'' रूपर्टने बिनडोकासारखं ठोकून दिलं.

ट्रन्चबुल हलकी हलकी पावलं टाकत हळूहळू रूपर्टच्या दिशेने चाल करून जाऊ लागली; जणू काही एखादी वाघीण दबकत दबकत एखाद्या छोट्याशा पाडसाच्या दिशेने निघाली असावी. रूपर्टला अचानक धोक्याची जाणीव झाली आणि त्याने पटकन पुन्हा उत्तर द्यायचा प्रयत्न केला. ''अठरा! बे साती अठरा! सोळा नाही!''

''एऽऽ ठोंब्या!'' ट्रन्चबुल ओरडली. ''बेअक्कल कुठचा! रेम्याडोक्या! तू तर गोगलगायीइतका मंद आहेस!'' ती आता रूपर्टच्या अगदी मागे जाऊन उभी होती. अचानक तिने आपला टेनिसच्या रॅकेटइतका मोठा हात पुढे केला आणि रूपर्टचे केसच पकडले. रूपर्टच्या डोक्यावर दाट सोनेरी

केस होते. त्याच्या आईने ते लांब वाढू दिले होते, कारण ते फार सुंदर दिसतात असं तिला वाटे. ट्रन्चबुलला मुलींच्या वेण्यांचा जितका तिटकारा होता तितकाच मुलग्यांच्या लांब केसांचा होता. आणि आता तोच ती दाखवून देणार होती. रूपर्टच्या लांब सोनेरी बटा तिने घट्ट पकडल्या आणि मग आपला पीळदार उजवा हात वर उचलत तिने त्या असहाय मुलाला खुर्चीतनं सरळ वर हवेत उचलून धरलं.

रूपर्ट ओरडायला लागला. तो वळवळ करून हवेतल्या हवेत लाथा झाडू लागला. तो वेदनेने एखाद्या गुरासारखा ओरडत होता. मिस ट्रन्चबुल ओरडली, ''बे साती चौदा! बे साती चौदा! तू हे म्हणेपर्यंत मी तुला सोडणार नाही!''

वर्गात पाठीमागे उभी असलेली मिस हनी ओरडली, ''मिस ट्रन्चबुल! प्लीज त्याला खाली ठेवा! त्याला दुखतंय! त्याचे सगळे केस उपटले जातील!''

''त्याने वळवळ बंद केली नाही तर नक्कीच उपटले जातील!'' ट्रन्चबुल फुरफुरली. ''एऽऽ वळवळणाऱ्या किड्या, जरा स्थिर थांब!''

त्या राक्षसी मुख्याध्यापिकेने एका लहानग्या मुलाला हवेत लटकवत ठेवलं होतं आणि तो टिपेच्या आवाजात किंचाळत, दोऱ्याच्या टोकाला बांधलेल्या एखाद्या किड्यासारखा वळवळ करत होता, हे एक असामान्यच दृश्य होतं.

''म्हण!'' ट्रन्चबुल जोरात ओरडली. ''म्हण बे साती चौदा! लवकर, नाही तर मी तुला खाली-वर हिसके द्यायला लागीन आणि मग खरोखरच तुझे केस उपटले जातील आणि एका अख्ख्या सोफ्यात भरता येतील इतके केस मिळतील! एऽऽ मुला, आटप लवकर! बे साती चौदा म्हण, मग मी तुला सोडीन!''

''ब-ब-बे सा-साती च-चौदा,'' रूपर्ट धापा टाकत कसाबसा म्हणाला आणि ट्रन्चबुलने सांगितल्याप्रमाणे खरोखरच आपल्या हाताची पकड उघडून त्याला अक्षरशः सोडूनच दिलं. तिने त्याला सोडलं तेव्हा तो जमिनीपासून खूपच उंचावर होता. तिथून तो वेगाने जमिनीच्या दिशेने आला आणि फुटबॉलसारखा आपटून पुन्हा वर उसळला.

''चल उठून उभा राहा आणि मुसमुसू नकोस!'' ट्रन्चबुल वसकली.

रूपर्ट उभा राहिला आणि डोकं चोळत आपल्या बाकाकडे परत गेला. ट्रन्चबुल पुन्हा वर्गाच्या समोर जाऊन उभी राहिली. मुलं संमोहित झाल्यासारखी बसली होती. त्यांच्यापैकी कोणीच असं काही कधी पाहिलं नव्हतं. हे तर फारच भारी मनोरंजन होतं. एखाद्या मूकनाट्यापेक्षाही ते चांगलं होतं, फक्त त्यात एकच फरक होता. या खोलीत त्यांच्या समोर एक भलामोठा मानवी बॉम्ब होता आणि त्याचा कधीही स्फोट होऊन कोणाचेतरी

तुकडेतुकडे होण्याची शक्यता होती. सगळ्या मुलांचे डोळे मुख्याध्यापिकेवर खिळले होते. ''मला छोटे लोक मुळीच आवडत नाहीत,'' ती म्हणत होती. ''छोट्या लोकांना कोणीच कधीच बघायला नको. केसाच्या क्लिपा आणि बटणांप्रमाणेच त्यांनाही खोक्यांमध्ये बंद करून नजरेआड ठेवायला पाहिजे. मुलं मोठी व्हायला इतका वेळ का लागतो हेच मला कधी समजलेलं नाहीये. मला तर वाटतं मुलं मुद्दाम तसं करतात.''

पहिल्याच ओळीत बसलेला आणखी एक खूप धीट मुलगा म्हणाला, ''पण मिस ट्रन्चबुल, तुम्हीसुद्धा कधीतरी लहान असालच ना?''

''मी कध्धीच लहान नव्हते,'' ती फाडकन म्हणाली. ''मी कायम मोठ्ठी होते आणि बाकीचेही तसेच का नसतात हे मला कळतच नाही.''

''पण तुम्हीसुद्धा सुरुवातीला बाळ असालच ना,'' तो मुलगा म्हणाला.

''मी! आणि बाळ!'' ट्रन्चबुल ओरडली. ''असं काही बोलायची हिंमत कशी झाली तुझी! काय आगाऊपणा! किती भयंकर उद्धटपणा! मुला, तुझं नाव काय? आणि माझ्याशी बोलताना उभं राहायचं!''

तो मुलगा उभा राहिला. ''माझं नाव एरिक इंक, मिस ट्रन्चबुल,'' तो म्हणाला.

''एरिक काय?''

''इंक,'' तो म्हणाला.

''गाढवपणा करू नकोस! असं कुठे आडनाव असतं का!''

''फोनच्या डिरेक्टरीत बघा,'' एरिक म्हणाला. ''इंक आडनावाखाली माझ्या बाबाचं नाव सापडेल तुम्हाला.''

''अच्छा!'' ट्रन्चबुल म्हणाली. ''एऽऽ मुला, तू इंकबिंक असशील, पण मी काय सांगते ते ऐक. इंकचे डाग पुसले जाऊ शकतात. तू माझ्याशी बोलताना दीडशहाणेपणा केलास तर तुलाच पुसून टाकीन मी, कळलं! आता व्हॉटचं स्पेलिंग सांग.''

''मला समजलं नाही, तुम्हाला कशाचं स्पेलिंग हवंय?'' एरिकने विचारलं.

''व्हॉट! मूर्खा... व्हॉट या शब्दाचं स्पेलिंग सांग!''

''डब्ल्यू... ओ... टी,'' एरिक फारच घाईघाईत म्हणाला.

एक भयानक शांतता पसरली.

''मी तुला अजून एक संधी देते,'' जागची न हलता ट्रन्चबुल म्हणाली.

''हां, हां, मला येतं,'' एरिक म्हणाला. ''त्यात एच आहे. डब्ल्यू... एच... ओ... टी. सोप्पंय!''

दोनच ढांगांत ट्रन्चबुल एरिकच्या बाकाच्या मागे पोहोचली. साक्षात कर्दनकाळासारखी ती त्या असहाय्य मुलाच्या मागे उभी होती. एरिकने घाबरून खांद्यावरून मागे त्या दैत्याकडे पाहिलं. ''मी बरोबर सांगितलं, हो ना?'' तो काळजीयुक्त स्वरात पुटपुटला.

''तू चूक होतास!'' ट्रन्चबुल खेकसली. ''खरं तर मला वाटतं तू देवीच्या वणासारखा नकोसा आहेस! तुझं नेहमीच चूक असणार! तू बसतोस चुकीचा! तू दिसतोस चुकीचा! तू बोलतोस चुकीचं! तू अख्खाच्या अख्खाच चुकीचा आहेस! मी तुला बरोबर उत्तर द्यायची आणखी एक संधी देते! व्हॉटचं स्पेलिंग सांग!''

एरिक कां-कू करू लागला. मग अगदी सावकाश तो म्हणाला, ''डब्ल्यू... ओ... टी नाहीये, डब्ल्यू... एच... ओ... टीसुद्धा नाहीये, हां, मला कळलं. ते नक्कीच डब्ल्यू... एच.. ओ... टी... टी असणार!''

एरिकच्या मागे उभी राहूनच ट्रन्चबुलने अंगठा आणि पहिल्या बोटाच्या चिमटीत एरिकचा एकेक कान पकडला.

''आउच!'' एरिक कळवळला, ''आऊ! मला दुखतंय!''

''मी तर अजून सुरुवातही नाही केलीये,'' ट्रन्चबुल म्हणाली. मग त्याचे दोन्ही कान घट्ट पकडून तिने त्याला खुर्चीतून वर उचलला आणि हवेत लोंबकळत ठेवला.

रूपर्टसारखाच एरिकनेही ओरडून, किंचाळून वर्ग दणाणून सोडला.

वर्गाच्या मागे उभी असलेली मिस हनी ओरडली, ''मिस ट्रन्चबुल! नको! प्लीज, त्याला सोडा! त्याचे कान तुटतील!''

''कधीच तुटणार नाहीत,'' ट्रन्चबुलने ओरडून उत्तर दिलं. ''मिस हनी, मला इतक्या वर्षांच्या अनुभवाने नीटच कळून चुकलंय की लहान मुलग्यांचे कान त्यांच्या डोक्याला चांगले घट्ट चिकटलेले असतात.''

''प्लीज, मिस ट्रन्चबुल, त्याला सोडा ना,'' मिस हनी विनवण्या करत होती. ''त्याला खूप लागेल! खरोखरच त्याचे कान उपटले जातील!''

''कान कधीही उपटले जात नाहीत!'' ट्रन्चबुल ओरडली. ''आत्ता जसे होतायत तसे ते मस्तपैकी ताणले जातात, पण कधीच तुटत नाहीत!''

एरिक आधीपेक्षाही जोरजोरात ओरडत हवेत पाय झाडत होता.

मटिल्डाने कधीच कोणत्या मुलाला किंवा कोणालाही असं फक्त कानाला धरून हवेत उचललेलं पाहिलं नव्हतं. मिस हनीसारखंच तिलाही वाटत होतं की त्याच्या दोन्ही कानांवर असलेलं त्याचं वजन पाहता ते कोणत्याही क्षणी तुटतील.

इकडे ट्रन्चबुल ओरडत होती, ''व्हॉट शब्दाचं स्पेलिंग डब्ल्यू... एच... ए... टी असतं! आता म्हणून दाखव, शेंबड्या!''

एरिकने क्षणाचाही विलंब लावला नाही. मघाशी रूपर्टला पाहून त्याच्या लक्षात आलं होतं की जितकं लवकर तुम्ही उत्तर द्याल तितकी लवकर सुटका होते. ''व्हॉट शब्दाचं स्पेलिंग डब्ल्यू... एच... ए... टी!''

अजूनही कान न सोडता ट्रन्चबुलने एरिकला त्याच्या बाकामागच्या खुर्चीत ठेवलं. मग ती पुन्हा तरातरा वर्गाच्या समोर जाऊन उभी राहिली. जाता जाता तिने हात एकमेकांवर घासून झटकले, जणू काही तिच्या हाताला काहीतरी घाण लागली असावी.

''मिस हनी, मुलांना अशाच पद्धतीने शिकवायचं असतं,'' ती म्हणाली. ''माझं ऐक, नुसतं त्यांना सांगून काही होत नाही. त्यांच्या डोक्यात ते ठोकून ठोकूनच बसवावं लागतं. जरा कानपिचक्या दिल्या की कसं बरोब्बर लक्षात राहतं. त्यामुळे त्यांचं डोकं कसं लक्षपूर्वक काम करतं.''

''मिस ट्रन्चबुल, पण त्यांना कायमस्वरूपी इजा होऊ शकते,'' मिस हनी ओरडली.

''हांऽऽ! ती तर झालीच असणार,'' ट्रन्चबुल दात विचकून हसत म्हणाली. ''एरिकचे कान गेल्या दोन मिनिटांत चांगलेच ताणले गेले असतील! आता ते आधीपेक्षा जास्त लांब होतील. पण त्यात चूक काय, मिस हनी. आता तो आयुष्यभर लांबकान्याच राहील.''

''पण, मिस ट्रन्चबुल...''

''एऽऽ, गप बस, मिस हनी! तू त्यांच्याइतकीच कमजोर आहेस. तुला इथल्या गोष्टी झेपत नसतील तर जा आणि श्रीमंत पोट्ट्यांच्या एखाद्या गुळूमुळू वागणाऱ्या खासगी शाळेत नोकरी धर. जेव्हा तू माझ्याइतकी वर्षं शिकवशील तेव्हा तुला समजेल की मुलांशी प्रेमळपणे वागून काही फायदा नसतो. डिकन्सचं 'निकोलस निकलबी' वाच, मिस हनी. त्यातले डोथबॉइज हॉलचे उत्कृष्ट मुख्याध्यापक मिस्टर वॅकफोर्ड स्कीअर्सबद्दल वाच. लहान लहान कारट्यांना कसं हाताळायचं ते त्यांना बरोब्बर माहीत होतं, हो की नाही! छडीचा वापर कसा करायचा ते त्यांना बरोब्बर माहीत होतं, हो की नाही! ते त्या कारट्यांची बुडं असली तापवून ठेवायचे की त्यावर अंडी आणि बेकन भाजता आलं असतं! काय सुंदर पुस्तक आहे ते. पण माझ्या समोर बसलेली ही बिनडोक मुलं कधी ते पुस्तक वाचतील असं मला वाटत नाही, कारण त्यांच्याकडे पाहता ती कधी वाचायला शिकतील असंच मला वाटत नाही!''

''मी वाचलंय,'' मटिल्डा शांतपणे म्हणाली.

ट्रन्चबुलने गर्रकन मान फिरवून दुसऱ्या ओळीत बसलेल्या त्या काळ्या केसांच्या आणि गडद तपकिरी डोळ्यांच्या लहानशा मुलीकडे नीट पाहिलं. ''तू काय म्हणालीस?'' तिने तीक्ष्णपणे विचारलं.

''मी म्हणाले, की मी वाचलंय, मिस ट्रन्चबुल.''

''काय वाचलंय?''

''निकोलस निकलबी, मिस ट्रन्चबुल.''

''ए मुली, तू खोटं बोलतीयेस!'' मटिल्डाकडे रोखून बघत ट्रन्चबुल ओरडली. ''या अख्ख्या शाळेत ते पुस्तक वाचलेलं एकतरी मूल आहे का याबद्दल मला शंकाच आहे. आणि तू... अजून अंड्यातून बाहेरही आलेली नाहीयेस आणि या सगळ्यात खालच्या वर्गात बसून असं प्रचंड मोठं खोटं

बोलतेयस! का असं करतीयेस? मला मूर्ख समजलीस! काय गं मुली, तुला मी मूर्ख वाटले की काय?''

''अं...'' मटिल्डा म्हणाली, आणि मग ती थबकली. हो, मला तसंच वाटतं, असं म्हणायला तिला आवडलं असतं, पण ते म्हणजे स्वतःच्या पायावर धोंडा मारून घेण्यासारखंच झालं असतं. अं... ती पुन्हा म्हणाली. ती बोलताना अडखळत होती, पण अजूनही 'नाही' काही म्हणत नव्हती.

तिच्या मनात काय चाललं होतं ते ट्रन्चबुलला समजलं आणि तिला ते अर्थातच अजिबात आवडलं नाही. ''माझ्याशी बोलताना उभं राहायचं!'' ती वसकली. ''तुझं नाव काय?''

मटिल्डा उभी राहून म्हणाली, ''माझं नाव मटिल्डा वर्मवुड आहे, मिस ट्रन्चबुल.''

''वर्मवुड काय!'' ट्रन्चबुल म्हणाली. ''म्हणजे तू वर्मवुड मोटर्सच्या त्या मालकाची मुलगी असणार...''

''हो, मिस ट्रन्चबुल.''

''तो तर लबाड मनुष्य आहे!'' ट्रन्चबुल ओरडली. ''एक आठवड्यापूर्वी त्याने मला सेकंड-हँड गाडी विकली आणि म्हणाला की अगदी नवीनच आहे. तेव्हा मला तो फारच चांगला माणूस वाटला होता. पण आज सकाळी गावातून गाडी घेऊन येताना अख्खं इंजिनच रस्त्यावर पडलं! त्यात पूर्ण भुसा भरलेला होता! हा माणूस चोर आहे! मी तर त्याची कातडी सोलून त्याचे सॉसेजेसच बनवणार आहे, बघच तू!''

''माझा बाबा त्याच्या व्यवसायात हुशार आहे,'' मटिल्डा म्हणाली.

''हुशार माझं कप्पाळ!'' ट्रन्चबुल ओरडली. ''मिस हनीने मला सांगितलं की तूसुद्धा हुशार आहेस! हुं! एऽऽ मुली, मला हुशार लोक आवडत नाहीत! ते सगळे कपटी असतात! तू तर नक्कीच सरळ नाहीयेस! तुझ्या बापाशी माझं वाजायच्या आधी त्याने मला तू घरी कशी वागतेस त्याच्या काही भयंकर गोष्टी ऐकवल्या होत्या! पण मुली, तसलं काही या शाळेत वागायचा प्रयत्नही करू नकोस. मी आजपासून तुझ्यावर करडी नजर ठेवणारे. खाली बस आणि तोंड बंद ठेव तुझं.''

१४

पहिला चमत्कार

मटिल्डा पुन्हा खाली आपल्या बाकावर बसली. ट्रन्चबुल शिक्षिकेच्या टेबलाशी जाऊन बसली. ती वर्गात आल्यापासून पहिल्यांदाच खुर्चीत जाऊन बसली. मग तिने हात पुढे करून आपला पाण्याचा जग घेतला. मग तो न उचलता तसाच धरून ती म्हणाली, ''लहान मुलं इतकी घृणास्पद का असतात ते मला कधीच कळलेलं नाहीये. माझ्या सगळ्या त्रासाचं तीच कारण आहेत. मुलं किड्यांसारखी असतात. शक्य तितक्या लवकर त्यांचा नायनाट केला पाहिजे. माश्या मारायला आपण औषधाचा फवारा उडवतो किंवा त्या चिकटून बसून मरतील असा कागद वापरतो. मला बरेचदा वाटतं की लहान मुलांना नष्ट करायला अशाच एखाद्या फवाऱ्याचा शोध लावावा. वर्गात येताना माझ्या हातात अशी फवारा मारायची भलीमोठी बंदूक असेल आणि त्यातून मी फवारा उडवायला लागले, तर किती मस्त होईल. किंवा त्याहीपेक्षा चांगलं म्हणजे भल्यामोठ्या चिकट कागदाच्या पट्ट्या. मी शाळेत त्या सगळीकडे लावीन आणि तुम्ही सगळी। मुलं त्याला चिकटून बसाल. काम तमाम! मिस हनी, किती मस्त कल्पना आहे ना?''

''मुख्याध्यापिका बाई, हा जर विनोद असेल, तर तो काही फार गमतीशीर नाहीये,'' वर्गाच्या मागे उभी असलेली मिस हनी म्हणाली.

''तू असं करणार नाहीस, हो ना, मिस हनी?'' ट्रन्चबुल म्हणाली. ''आणि हा विनोद नाहीये. माझ्या कल्पनेतल्या आदर्श शाळेत मुलंच नसतील. येत्या काळात मी अशी एक शाळा चालू करणारच आहे. मला वाटतं ती खूप यशस्वी होईल.''

'ही बाई ठार वेडी आहे,' मिस हनी स्वतःलाच सांगत होती. 'हिचा एक स्क्रू ढिला आहे. हिलाच शाळेतून काढून टाकलं पाहिजे.'

आता ट्रन्चबुलने तो पाण्याचा मोठ्ठा निळा जग उचलला आणि ग्लासमध्ये पाणी ओतलं. आणि अचानक त्या पाण्याबरोबर ग्लासमध्ये पतक्कन तो लांबलचक बुळबुळीत पाणसरडा पडला.

ट्रन्चबुल किंचाळली आणि बुडाखाली फटाका फुटल्यासारखी तिने खुर्चीतून उडी मारली. आता मुलांनाही पाण्याच्या ग्लासमध्ये वळवळणारा तो लांबलचक, किळसवाणा पिवळ्या पोटाच्या पालीसारखा प्राणी दिसला. सगळी मुलंसुद्धा उड्या मारून मारून तो बघायला लागली आणि ओरडायला

लागली, ''ते काये? कित्ती घाणेरडा आहे तो! साप आहे! मगरीचं पिल्लू! सुसर आहे सुसर!''

''जपून हां मिस ट्रन्चबुल! तो नक्की चावत असणार!'' लॅव्हेंडर ओरडली.

हिरवी पँट घातलेली अवाढव्य ट्रन्चबुल एखाद्या जेलीसारखी थरथरत तिथे उभी होती. तिला स्वतःच्या कणखरपणाचा अभिमान होता, त्यामुळेच कोणीतरी आपल्याला असं घाबरून किंचाळायला आणि उडी मारायला लावली, याचा तिला जास्त संताप आला होता. ग्लासमध्ये वळवळणाऱ्या त्या प्राण्याकडे तिने बघितलं. गंमत म्हणजे, तिने आयुष्यात त्यापूर्वी कधीही पाणसरडा पाहिला नव्हता. निसर्ग-अभ्यास काही तिचा आवडीचा विषय नव्हता. हे ग्लासातलं काय आहे याविषयी तिला सुतरामही कल्पना नव्हती. ते अत्यंत किळसवाणं दिसत होतं हे नक्की. ती पुन्हा सावकाश खुर्चीत बसली. त्या क्षणी ती आधीपेक्षाही खूप जास्त भीतिदायक वाटत होती. तिच्या लहानशा काळ्या डोळ्यांत संताप आणि तिरस्काराची आग पेटली होती.

''मटिल्डा!'' ती खेकसली. ''उभी राहा!''

''कोण मी?'' मटिल्डाने विचारलं. ''मी काय केलं?''

''उभा रहा, किळसवाण्या झुरळा!''

''मी काहीच केलं नाहीये, मिस ट्रन्चबुल. अगदी खरंच. मी हा बुळबुळीत प्राणी आधी कधी पाहिलासुद्धा नाहीये!''

''घाणीत वळवळणारी अळी आहेस तू! चल, उभी रहा आत्ताच्या आत्ता!''

मटिल्डा अनिच्छेने उभी राहिली. ती दुसऱ्या ओळीत होती. तिच्या मागच्या ओळीत बसलेल्या लॅव्हेंडरला जरा अपराधी वाटू लागलं. आपल्या मैत्रिणीला तिला अडचणीत आणायचं नव्हतं. पण त्याच वेळी ती स्वतः कोणत्याही परिस्थितीत काही कबूल करणार नव्हती.

''तू अत्यंत वाईट्ट, घाणेरडी, किळसवाणी आणि दुष्ट प्राणी आहेस!'' ट्रन्चबुल ओरडायला लागली. ''या शाळेत राहण्याच्या तू लायकीचीच नाहीयेस! तुला गजाआडच केलं पाहिजे, तीच तुझ्यासाठी योग्य जागा आहे! मी तुझी या शाळेतून अत्यंत अपमानास्पद पद्धतीने हकालपट्टी करीन! सगळ्या वर्गप्रमुखांना मी हॉकी स्टिक्स घेऊन तुला कॉरिडॉरमधून पळवून लावायला सांगीन! सशस्त्र पहाऱ्यात सगळ्या शिक्षकांना मी तुला

घरी पोहोचवायला लावीन! आणि मग मी तुला गुन्हेगार मुलींच्या बाल सुधारगृहात कमीतकमी चाळीस वर्षांसाठी तरी खात्रीशीर पाठवीनच!''

ट्रन्चबुलच्या संतापाचा पारा इतका चढला होता की तिचा चेहरा लालबुंद झाला होता आणि बोलताना ओठांभोवती थुंकी जमत होती. पण राग येणारी ती एकटीच नव्हती. मटिल्डाच्याही रागाचा पारा चढला होता. जर तिने खरंच काही केलं असतं तर

त्यासाठीचे आरोप स्वीकारायला तिला अजिबात काही वाटलं नसतं. कारण ते न्याय्य असतं हे तिला माहीत होतं. पण तिने न केलेल्या गुन्ह्यासाठी तिच्यावर आरोप होणं हा अनुभव तिच्यासाठी नवीन होता. त्या ग्लासमधल्या किळसवाण्या प्राण्याशी तिचा काहीही संबंध नव्हता. तिच्या मनात आलं, अरे बाप रे! ही कुचकट ट्रन्चबुल आता मलाच दोषी धरणार आहे की काय!

''मी हे केलेलं नाही!'' ती किंचाळली.

''नाही कसं! तूच केलंयस!'' ट्रन्चबुलही डरकाळी फोडल्यासारखी ओरडली. ''इतर कोणालाही अशी काही खोडी सुचणार नाही! तुझ्या बापाने मला तुझ्याबद्दल वेळीच सावध केलं ते बरं झालं!'' त्या बाईचा स्वतःवरचा ताबा पूर्णपणेच सुटल्यासारखं दिसत होतं. एखाद्या वेड्या मनुष्यासारखी ती बरळत होती. ''एऽऽ मुली! या शाळेत तर तू संपलीएस!'' ती कडाडली. ''तुझं आता कुठेच काही होणार नाही! मी स्वतः तुला अशा ठिकाणी डांबायची व्यवस्था करीन की जिथे कावळ्यांनाही तुझ्या डोक्यावर शी करता येणार नाही! तू कदाचित आता पुन्हा कधीच सूर्यप्रकाश बघणार नाहीस!''

''मी सांगतीये ना मी काही केलेलं नाहीये!'' मटिल्डा किंचाळली. ''मी तर असा प्राणी आयुष्यात कधी बघितलाही नाहीये!''

"तू माझ्या पिण्याच्या पाण्यात... एक... एक... मगर टाकलीयेस!" ट्रन्चबुल ओरडली. "मुख्याध्यापिकेविरुद्ध केलेला यापेक्षा भयंकर दुसरा कुठलाही गुन्हा नसेल! आता खाली बस आणि एक शब्दही बोलू नकोस! चल, आत्ताच्या आत्ता खाली बस!"

"पण मी सांगतीये ना..." मटिल्डा खाली न बसता ओरडली.

"मी तुला गप्प बसायला सांगतीये!" ट्रन्चबुल गुरकावली. "जर तू या क्षणी चूप झाली नाहीस आणि खाली बसली नाहीस तर मी माझा पट्टा काढून बक्कलच्या बाजूने तुला प्रसाद देईन!"

मटिल्डा सावकाश खाली बसली. काय हा कुचकटपणा! किती हा अन्याय! न केलेल्या एखाद्या कृतीसाठी ती कशी काय तिला काढून टाकू शकते!

मटिल्डाचा संताप वाढत चाललेला तिचा तिलाच जाणवला... राग... खूप राग... आणखी जास्त राग... तिला इतका राग आला होता की तिच्या आत कशाचातरी स्फोट होणार अशी तिला खात्री वाटू लागली.

त्या उंच ग्लासमध्ये तो पाणसरडा अजूनही वळवळत होता. त्या लहान ग्लासमध्ये त्याला नीट जागा नसल्याने तो फारच अवघडलेला वाटत होता. मटिल्डा ट्रन्चबुलकडे रोखून पाहत होती. तिला तिचा कित्ती तिरस्कार वाटत होता! मग ती पाणसरडा असलेल्या ग्लासकडे रोखून बघू लागली. तरातरा पुढे जाऊन त्या पाणसरड्यासकट ग्लासमधलं पाणी ट्रन्चबुलच्या डोक्यावर ओतावं अशी तिला इच्छा होत होती. तिने असं काही केलं तर ट्रन्चबुल तिला काय करेल या विचारानेच तिचा थरकाप उडाला.

ट्रन्चबुल टेबलाशी बसून भीती आणि कुतूहलमिश्रित नजरेने त्या पाणसरड्याकडे बघत होती. मटिल्डाचे डोळेही त्या ग्लासवरच खिळले होते. आणि त्याच क्षणी मटिल्डाला स्वतःच्या शरीरात एक अद्‌भुत आणि विचित्रशी जाणीव होऊ लागली. ती जाणीव जास्तकरून तिच्या डोळ्यांत होत होती. जणू काही तिच्या डोळ्यांत कसलीशी वीज गोळा होत असावी. तिच्या डोळ्यांत एक वेगळीच शक्ती आल्यासारखं तिला वाटू लागलं. आपल्यात खूप सामर्थ्य आहे अशी एक जाणीव तिला मनोमन झाली. पण त्याचबरोबर आणखीही एक संवेदना तिला जाणवत होती आणि ती अगदीच वेगळी होती. ते काय आहे हे मटिल्डाला समजत नव्हतं. ती संवेदना होती वीज चमकल्यासारखी. असं वाटत होतं की तिच्या डोळ्यांतून विजेचे लहान लहान लोळ बाहेर पडतायत. तिची बुबुळं गरम होऊ लागली, जणू त्यांच्यात अपार शक्ती गोळा होत असावी. ती संवेदना फारच अद्‌भुत होती. तिने आपले डोळे ग्लासवरच रोखून ठेवले होते. आता तिच्यातली शक्ती दोन्ही डोळ्यांच्या एका लहान भागात केंद्रित होऊ लागली आणि वाढू लागली. जणू काही ती एकटक बघत असलेल्या ग्लासच्या दिशेने तिच्या डोळ्यांतून लाखो इवलेसे हात सटासट पुढे जात होते.

'पाड!' मटिल्डा पुटपुटली. ''ग्लास उलटा कर!''

तो ग्लास हललेला तिला दिसला. तो खरोखरच इंचभर एका बाजूला झुकला आणि मग पुन्हा सरळ झाला. आपल्या डोळ्यांतून निघालेल्या लाखो लहान लहान अदृश्य हातांनी ती तो ग्लास ढकलत राहिली आणि

तिला आपल्या डोळ्यांच्या अगदी मध्यावरच्या दोन काळ्या बिंदूतून प्रचंड शक्ती निघत असलेली जाणवत राहिली.

'पाड!' मटिल्डा पुन्हा पुटपुटली. ''ग्लास उलटा कर!''

पुन्हा एकदा तो ग्लास थरथरला. डोळ्यांतून आणखी शक्ती बाहेर फेकून अदृश्य हातांनी ग्लास ढकलायचा तिने प्रयत्न केला. मग अगदी सावकाश, इतका सावकाश की तिला ते घडतंय की नाही हेही दिसत नव्हतं, तो ग्लास मागे मागे झुकू लागला. तो इतका कलला की एकाच कडेवर तोलला गेला. काही क्षण तो तसाच कललेला राहिला आणि मग खळ्ळकन तो टेबलावर पडला. त्यातलं पाणी आणि पाणसरडा एकदम ट्रन्चबुलच्या विशालकाय छातीवर जाऊन उडाले. ट्रन्चबुलने इतकी जोरात किंकाळी फोडली की शाळेच्या इमारतीतल्या प्रत्येक खिडकीची काच हादरली. पुन्हा एकदा ती घाबरून खुर्चीतून रॉकेटसारखी उडाली! तिच्या विशाल छातीला झाकणाऱ्या सुती झग्यावर तो पाणसरडा आपल्या लहानशा नख्यांनी जिवानिशी चिकटून राहिला होता. ट्रन्चबुलने खाली मान करून त्याला बघितलं आणि ती आणखी जोरात ओरडली. मग तिने हाताने तो पाणसरडा असा काही जोरात झटकला की तो उंच उडून लॅव्हेंडरच्या बाकापाशी जाऊन पडला. तिने पटकन खाली वाकून त्याला उचललं आणि पुन्हा एकदा आपल्या कंपासपेटीत ठेवून दिलं. आपल्यापाशी कायम एखादा पाणसरडा बाळगणं फायद्याचंच आहे असं तिचं मत बनलं होतं.

ट्रन्चबुलचा चेहरा उकडलेल्या मांसासारखा लालगुलाबी झाला होता. संतापाने थरथरत ती वर्गासमोर उभी होती. तिची विशालकाय छाती प्रत्येक श्वासागणिक खाली-वर होत होती आणि त्यावर पाण्यामुळे एक मोठा गडद डाग पडला होता. बहुधा तिच्या त्वचेपर्यंत पाणी आत झिरपलं असावं.

''हे कोणी केलं?'' ती कडाडली. ''सांगा! कबूल करा! पुढे या! या वेळी तुम्ही वाचणार नाही! या गलिच्छ कृत्यासाठी कोण जबाबदार आहे? कोणी उलटवला हा ग्लास?''

कोणीच उत्तर दिलं नाही. संपूर्ण खोलीत स्मशानशांतता पसरली होती.

''मटिल्डा!'' ती पुन्हा ओरडली. ''तूच केलंस ना! मला माहितेय, तूच केलंस!''

दुसऱ्या ओळीत बसलेली मटिल्डा काही न बोलता निश्चल बसून राहिली. मनःशांतीची आणि आत्मविश्वासाची वेगळीच अनुभूती तिला होत होती. अचानक तिच्या लक्षात आलं की तिला जगात कोणाचीही भीती वाटेनाशी

झाली होती. केवळ डोळ्यांच्या शक्तीने तिने त्या भयंकर मुख्याध्यापिकेच्या अंगावर तो ग्लास उलटवला होता आणि जो असं करू शकत होता त्याला काहीही करणं शक्य होतं.

''बोल, आगाऊ पोरी!'' ट्रन्चबुल गुरकावली. ''तूच हे केलंयस ते कबूल कर!''

मटिल्डाने त्या संतापलेल्या राक्षसिणीच्या चमकणाऱ्या डोळ्यांत डोळे घालून बघत अत्यंत शांतपणे उत्तर दिलं, ''तास सुरू झाल्यापासून मी माझ्या बाकावरून हललेली नाहीये, मिस ट्रन्चबुल. मी इतकंच सांगू शकते.''

अचानक सगळा वर्गच मुख्याध्यापिकेविरुद्ध उभा ठाकला. ''ती खरंच हलली नाहीये!'' मुलं ओरडली. ''मटिल्डा हलली नव्हती! कोणीच जागचं हललं नाही! तुम्हीच पाडला असेल तो ग्लास!''

''मीच कसा ग्लास पाडीन! '' ट्रन्चबुल कडाडली. ''असं काही तुम्ही बोलूच कसं शकता? बोल, मिस हनी, तू सगळं पाहिलं असशील! कोणी पाडला माझा ग्लास?''

''कोणत्याच मुलाने हे केलं नाहीये, मिस ट्रन्चबुल,'' मिस हनी म्हणाली. ''तुम्ही वर्गात आल्यापासून कोणीही आपापल्या जागेवरून हललेलं नाहीये याची खात्री मी देते. फक्त नायजेल उठला होता पण त्यानंतर तो त्याच्या कोपऱ्यातून हलला नाहीये.''

मिस ट्रन्चबुल मिस हनीकडे रोखून बघत राहिली. मिस हनीनेही माघार न घेता तिच्या नजरेला नजर दिली. ''मी खरं काय तेच सांगतेय, मुख्याध्यापिका बाई,'' ती म्हणाली. ''तुमच्याच नकळत तुमच्याकडून तो ग्लास पडला असेल. असं होऊ शकतं.''

''या सगळ्या नालायक बुटक्यांचा मला अगदी वीट आलाय!'' ट्रन्चबुल ओरडली. ''मी माझा मौल्यवान वेळ इथे मुळीच घालवू इच्छित नाही,'' असं म्हणून ती ढांगा टाकत वर्गातून बाहेर गेली आणि तिने धाडकन दार बंद करून घेतलं.

वर्गात स्तब्ध शांतता पसरली होती. मिस हनी वर्गासमोर आली आणि आपल्या टेबलामागे जाऊन उभी राहिली. ''हुश्श! मला वाटतं एका दिवसासाठी एवढी शाळा पुरे झाली, नाही का!'' ती म्हणाली. ''तुम्ही सगळे जाऊ शकता. खेळाच्या मैदानात आपापल्या पालकांची वाट बघत थांबा.''

१५

दुसरा चमत्कार

वर्गातली मुलं धाईधाईने बाहेर पडली, पण मटिल्डा त्यांच्या सोबत गेली नाही. सगळी मुलं बाहेर दिसेनाशी झाली तरी ती आपल्या बाकावर शांत बसून विचार करत होती. मघाशी त्या ग्लासचं काय झालं ते कोणालातरी सांगायलाच हवं असं तिला वाटत होतं. इतकं मोठ्ठं गुपित तिला मनात दाबून ठेवणं शक्यच नव्हतं. तिला फक्त एखाद्या शहाण्या, प्रेमळ मोठ्या माणसाची गरज होती, जो या अद्भुत घटनेचा अर्थ समजून घेण्यात तिला मदत करू शकेल.

तिचा बाबा किंवा आई, कोणाचाही या बाबतीत काडीचाही उपयोग नव्हता. मुळात त्यांनी तिच्यावर विश्वासच ठेवला नसता. पण जरी ठेवला असता, तरी त्या दिवशी वर्गात जे घडलं ते किती अद्भुत होतं हे त्यांच्या लक्षातच आलं नसतं. तिला मिस हनीला सगळं खरंखरं सांगून टाकायला आवडेल, असं त्याच क्षणी मटिल्डाला एकदम वाटलं.

आता वर्गात फक्त मटिल्डा आणि मिस हनी उरल्या होत्या. मिस हनी टेबलाशी बसून कसलेतरी कागद चाळत होती. वर बघत तिने विचारलं, ''मटिल्डा, तू बाकीच्यांसोबत बाहेर नाही गेलीस?''

मटिल्डा म्हणाली, ''मी तुमच्याशी दोन मिनिटं बोलू का, प्लीज?''

''हो, अगदी! काय झालं? तुझ्या मनात काय चालू आहे?''

''मिस हनी, माझ्या बाबतीत काहीतरी खूप विचित्र घडलंय.''

मिस हनी तत्क्षणी सावध झाली. गेल्या काही दिवसांतच मुख्याध्यापिका आणि मटिल्डाचे भयंकर आईबाबा यांच्या सोबतच्या फसलेल्या भेटींनंतर

मिस हनी या मुलीबद्दल आणखीनच विचार करू लागली होती. मटिल्डाला कशी मदत करता येईल याचा विचार तिच्या मनात चालू असायचा. आणि आत्ता मटिल्डाच इथे वर्गात काहीतरी खासगी बोलायचंय म्हणत होती. तिचा चेहरा एका वेगळ्याच आनंदाने चमकत होता. तिचे डोळे विस्फारले होते आणि चेहऱ्यावर विचित्रच भाव होते. मिस हनीने तिला कधीच असं पाहिलं नव्हतं.

''बोल, मटिल्डा. काय विचित्र घडलंय तुझ्या बाबतीत ते मला सांग,'' मिस हनी म्हणाली.

''मिस ट्रन्चबुल मला शाळेतून काढून नाही ना टाकणार?'' मटिल्डाने विचारलं. ''कारण तिच्या पाण्याच्या जगमध्ये तो प्राणी मी नव्हता टाकला. अगदी खरं सांगतेय.''

''मला माहितेय,'' मिस हनी म्हणाली.

''मला शाळेतून काढून टाकणार?''

''मला नाही वाटत तसं,'' मिस हनी म्हणाली. ''आपल्या मुख्याध्यापिका रागाच्या भरात काहीतरी बोलून गेल्या, बाकी काही नाही.''

''मग ठीकंय,'' मटिल्डा म्हणाली. ''पण मला तुमच्याशी हे नव्हतं बोलायचं.''

''मग काय बोलायचं होतं, मटिल्डा?''

''तो प्राणी असलेल्या पाण्याच्या ग्लासबद्दल. तो ग्लास उलटा होऊन त्यातलं सगळं मिस ट्रन्चबुलच्या अंगावर उडालेलं तुम्ही पाहिलं ना?''

''हो तर.''

''अं... मिस हनी, मी त्या ग्लासला हातही नाही लावला. मी त्याच्या जवळसुद्धा नाही गेले.''

''मला माहितेय ते,'' मिस हनी म्हणाली. ''तू ऐकलंस ना, मी मुख्याध्यापिका बाईंना सांगितलं की तू ते करणं शक्य नाही म्हणून.''

''अं, पण ते मीच केलं होतं, मिस हनी,'' मटिल्डा म्हणाली. ''मला त्याबद्दलच तुमच्याशी बोलायचंय.''

मिस हनीने थबकून समोर उभ्या असलेल्या मुलीकडे काळजीपूर्वक पाहिलं. ''तू काय म्हणतीयेस ते मला नीट कळत नाहीये.''

''मी न केलेल्या कृत्याचा माझ्यावर आरोप केल्यामुळे मला इतका राग आला की मी ते घडवून आणलं.''

''तू काय घडवून आणलंस, मटिल्डा?''

''मीच तो ग्लास उलटवला.''

''तू काय म्हणतीयेस ते मला अजूनही कळत नाहीये, मटिल्डा,'' मिस हनी हळुवारपणे म्हणाली.

''मी माझ्या डोळ्यांनी केलं ते,'' मटिल्डा म्हणाली. ''मी त्या ग्लासकडे रोखून बघत होते आणि तो उलटावा असं मनात म्हणत होते. मग एकदम माझे डोळे गरम गरम झाले आणि मला एक विचित्रच संवेदना झाली आणि मग डोळ्यांतून काहीतरी शक्ती बाहेर आली आणि तो ग्लास उलटला.''

स्टीलच्या काड्यांच्या चश्म्यातून मिस हनी मटिल्डाकडे एकटक बघत होती आणि मटिल्डाही तिच्याकडे तशाच स्थिर नजरेने बघत होती.

''मला अजूनही समजत नाहीये,'' मिस हनी म्हणाली. ''म्हणजे तुझ्या इच्छाशक्तीने तो ग्लास पडला?''

''हो. माझ्या डोळ्यांमुळे.''

मिस हनी क्षणभर काहीच बोलली नाही. मटिल्डा मुद्दाम खोटं बोलत असेल असं तिला अजिबात वाटत नव्हतं. फक्त तिच्या कल्पनाशक्तीचे वारू उधळले असावेत अशी शक्यता तिला जास्त वाटली. ''म्हणजे तू जिथे आत्ता बसली आहेस तिथेच बसून तू त्या ग्लासला उलटं व्हायला सांगितलंस आणि तो झाला, असं म्हणायचंय का तुला?''

''हं, असंच काहीतरी, मिस हनी. हो.''

''तू जर असं खरंच केलं असशील, तर मग येशू ख्रिस्तानंतर कोणत्याही मनुष्याने केलेला तो सगळ्यात मोठा चमत्कार असेल.''

''मी खरंच ते केलं, मिस हनी.''

किती वेळा लहान मुलं अशी अद्भुताच्या विश्वात हरवून जातात, मिस हनीच्या मनात आलं. शक्य तितक्या हळुवारपणे तिने ही गोष्ट संपवायची ठरवली. ''तू पुन्हा तसं करू शकशील?'' तिने प्रेमळ आवाजात विचारलं.

''मला माहीत नाही,'' मटिल्डा म्हणाली. ''पण मला वाटतं मला जमेल.''

मिस हनीने आता रिकामा झालेला ग्लास टेबलाच्या मध्यावर ठेवला. ''मी याच्यात पाणी भरू का?'' तिने जरा हसत विचारलं.

''मला नाही वाटत त्याने काही फरक पडेल,'' मटिल्डा म्हणाली.

''ठीके तर मग. उलटवून दाखव बरं.''

''कदाचित जरा वेळ लागेल.''

''हवा तितका वेळ घे. मला मुळीच घाई नाहीये,'' मिस हनी म्हणाली.

दुसऱ्या ओळीत बसलेली मटिल्डा मिस हनीपासून साधारण दहाएक फुटांवर होती. तिने बाकांवर कोपरं ठेवली आणि तळव्यांवर चेहरा टेकवला. या वेळी तिने ताबडतोब आज्ञा केली. ''पड, ग्लासा, उलटा हो!'' तिने आज्ञा दिली असली तरी तिचे ओठ हलले नाहीत आणि तिने कोणताही आवाज केला नाही. ती फक्त मनातल्या मनात ओरडत होती. आता तिने मनाची आणि मेंदूची सगळी शक्ती डोळ्यांत एकवटली आणि लगेचच तिला ती वीज गोळा होताना जाणवली. या वेळी जास्तच लवकर ती संवेदना होऊ लागली होती. तिच्या डोळ्यांमध्ये वीज गोळा होऊन डोळे गरम होऊ लागले होते. मग अचानक ते लाखो लहान लहान अदृश्य हात ग्लासच्या दिशेने झेपावले. ती मनातल्या मनात ग्लासला उलटं व्हायची आज्ञा देत ओरडत होती. मग तो ग्लास डळमळला, हलला आणि किणकिणत मिस हनीपासून बाराएक इंचांवर टेबलावर आडवा पडला.

मिस हनीने 'आ' वासला आणि तिचे डोळे तर इतके विस्फारले की बुबुळांभोवती सगळीकडे पांढरा रंग दिसू लागला. ती एक शब्दही बोलली नाही. तिच्या तोंडून शब्दच फुटत नव्हता. स्वतःच्या डोळ्यांनी हा चमत्कार पाहिल्यामुळे ती अवाक झाली होती. तो ग्लास काहीतरी धोकादायक वस्तू असल्यासारखी ती त्याच्यापासून दूर झुकून त्याच्याकडे तोंडाचा 'आ' वासून बघत होती. मग सावकाश तिने वर मान करून मटिल्डाकडे पाहिलं. मटिल्डा पांढरीफटक पडली होती आणि थरथर कापत होती. काचेसारखे चमकणारे तिचे डोळे थेट समोर एकटक बघत होते पण तिला काही दिसत नसावं असं वाटत होतं. तिचा संपूर्ण चेहराच बदलला होता. डोळे मोठ्ठे होऊन चमकत होते, आणि ती काही न बोलता बसली होती. तेजस्वी शांततेत बसलेली ती मुलगी वेगळीच आणि सुंदर दिसत होती.

मिस हनीसुद्धा किंचित थरथरत होती. ती वाट बघत थांबली. हळूहळू ती लहान मुलगी शुद्धीवर आल्यासारखी हलली. मग अचानक खटका दाबल्यागत तिचा चेहरा अगदी शांत आणि आनंदी झाला. ''मी ठीकंय,'' ती हसून म्हणाली. ''मी अगदी नीट आहे, मिस हनी. घाबरू नका.''

''तू खूप दूर कुठेतरी असल्यासारखी वाटत होतीस,'' थक्क झालेली मिस हनी कुजबुजत्या स्वरात म्हणाली.

''हो, मी होतेच दूरवर. मी चंदेरी पंख लावून ताऱ्यांच्याही पलीकडे उडत होते,'' मटिल्डा म्हणाली. ''खूप भारी वाटत होतं.''

मिस हनी अजनूही त्या मुलीकडे अचंबित होऊन पाहत होती. जणू काही हा विश्वनिर्मितीचा क्षण असावा, विश्वाची पहिली पहाट असावी...

''या वेळी जास्त लवकर जमलं,'' मटिल्डा शांतपणे म्हणाली.

''हे कसं शक्य आहे?'' मिस हनी धापा टाकत उद्‌गारली. ''माझा विश्वासच बसत नाहीये! खरंच नाही!'' मग तिने डोळे बंद केले आणि बराच वेळ तशीच बसून राहिली. तिने जेव्हा डोळे उघडले तेव्हा ती बरीच सावरलेली दिसत होती. ''तुला माझ्या सोबत माझ्या घरी चहा प्यायला यायला आवडेल?'' तिने विचारलं.

''होऽऽ, खूप आवडेल,'' मटिल्डा म्हणाली.

''छान! तुझं सामान घे आणि दोन मिनिटांत मला बाहेर भेट.''

''मी हे... हे जे काही केलं त्याबद्दल तुम्ही कोणाला सांगणार नाही ना, मिस हनी?''

''स्वप्नातसुद्धा असा विचार माझ्या मनात येणार नाही,'' मिस हनी म्हणाली.

१६

मिस हनीचं घर

मिस हनी शाळेच्या फाटकाबाहेर मटिल्डाला भेटली. गावातल्या हाय स्ट्रीटवरून दोघी काही न बोलता चालू लागल्या. सफरचंद आणि संत्र्यांचे ढीग खिडकीपाशी मांडून ठेवलेल्या फळवाल्याच्या दुकानावरून, रक्ताळलेल्या मांसाचे तुकडे मांडून ठेवलेल्या आणि पिसं काढलेल्या कोंबड्या टांगून ठेवलेल्या खाटकाच्या दुकानासमोरून, बँकेवरून आणि वाण्याच्या दुकानावरून, इलेक्ट्रिकल वस्तूंच्या दुकानासमोरून त्या पुढे गेल्या आणि मग गावाच्या दुसऱ्या टोकाला असलेल्या अरुंद कच्च्या रस्त्याला लागल्या. आता या रस्त्यावर कोणी लोक नव्हते किंवा गाड्याही फारच क्वचित ये-जा करत होत्या.

आता दोघी एकट्याच असल्याने, मटिल्डा अचानक उत्साहाने बोलू लागली. जणूकाही तिच्या आत एखादा बांध फुटून उत्साह आणि ऊर्जेचा झराच खळाळत बाहेर येत होता. ती उड्या मारत, बागडत मिस हनीच्या शेजारून जात होती आणि बोटं चारही दिशांना काहीतरी विखरत असल्यासारखी ती हातवारे करत होती. तिच्या तोंडून फटाके फुटल्यासारखे पटापट शब्द बाहेर पडत होते. मिस हनी हे आणि मिस हनी ते... किती सांगू असं तिला झालं होतं. ''मिस हनी, मला वाटतं की मी जगातली कुणलीही गोष्ट हलवू शकेन, फक्त ग्लास आणि त्यासारख्या छोट्या गोष्टीच नाही.... मला वाटतं मी टेबलं, खुर्च्यासुद्धा उलटवू शकीन, मिस हनी... लोक बसलेले असतानासुद्धा... मला वाटतं मी त्यांच्यासकट खुर्च्या ढकलू शकेन... आणि आणखीही मोठ्या वस्तू, टेबल-खुर्च्यांपेक्षा खूप

मोठ्या वस्तू... फक्त मला माझ्या डोळ्यांत शक्ती गोळा करायला काही क्षण लागतात आणि मग मी ही शक्ती बाहेर ढकलून काहीही हलवू शकते. फक्त मला या वस्तूकडे एकटक बघायला लागतं.... मिस हनी, मला खूप खूप रोखून बघावं लागतं. आणि मग एकदम मला माझ्या डोळ्यांच्या मागे काय काय जाणवायला लागतं आणि डोळे जळल्यासारखे गरम गरम होतात... पण मिस हनी, मला त्यामुळे त्रास नाही होत... काहीच नाही होत, मिस हनी....''

‘‘शांत हो, बाळा. शांत हो,’’ मिस हनी म्हणाली. ‘‘इतक्यात उगाच आपण अति नको करायला.’’

‘‘पण हे रंजक आहे असं वाटतं ना तुम्हाला, मिस हनी?’’

‘‘हो नक्कीच रंजक आहे,’’ मिस हनी म्हणाली. ‘‘खरं तर त्यापेक्षाही जास्त आहे. पण आतापासून आपल्याला खूप सावधगिरीने पुढे जायला हवं, मटिल्डा.’’

‘‘मिस हनी, खूप सावधगिरीने का पुढे जायला हवं?’’

‘‘कारण आपला कोणत्यातरी गूढ शक्तीशी संबंध आलाय बाळा, आणि त्याबद्दल आपल्याला काहीच माहीत नाहीये. मला वाटत नाही ही कोणती दुष्ट शक्ती आहे असं. ती चांगली असेल. कदाचित ती दैवी शक्तीसुद्धा असेल. पण काहीही असलं तरी आपण ही गोष्ट काळजीपूर्वक हाताळली पाहिजे.’’

हे एका शहाण्या बाईचे शहाणीव देणारे शब्द होते, पण मटिल्डा इतकी उत्साहात होती की तिला त्यांचा तसा अर्थ कळला नाही. ‘‘आपण इतकी काळजी कशाला घेतली पाहिजे हे मला नाही कळतेय,’’ ती उड्या मारत म्हणाली.

‘‘मी तुला हे समजावायचा प्रयत्न करतीये, की इथे आपण अज्ञाताशी खेळतोय. ही एक अतर्क्य, स्पष्टीकरण देता न येणारी गोष्ट आहे. याच्यासाठी योग्य शब्द आहे चमत्कार. ही एक अपूर्व घटना आहे,’’ मिस हनी म्हणाली.

‘‘मीच एक चमत्कार आहे का?’’ मटिल्डाने विचारलं.

‘‘तसंही शक्य आहे,’’ मिस हनी म्हणाली. ‘‘पण मला वाटतं, तू ‘कोणीतरी’ आहेस असा स्वतःबद्दल विचार तू सध्या न करणंच जास्त चांगलं ठरेल. मला काय वाटतं, की आपण या चमत्काराचा जरा शोध घेऊ या. फक्त आपण दोघी, एकत्र. पण त्याच वेळी अतिशय काळजीपूर्वकच सगळं केलं पाहिजे.’’

‘‘म्हणजे मी पुन्हा तसं करू असं तुम्ही म्हणताय का, मिस हनी?’’

‘‘हो, तसं सुचवायचा मोह मला होतोय खरा,’’ मिस हनी सावधपणे म्हणाली.

‘‘छान, चालेल-चालेल!’’ मटिल्डा म्हणाली.

''मला वाटतं तू जे काही करून दाखवलंस त्यामुळे तुझ्यापेक्षा मीच जास्त अवाक झाले आहे आणि या सगळ्याचं काहीतरी स्पष्टीकरण शोधायचा प्रयत्न करते आहे,'' मिस हनी म्हणाली.

''उदाहरणार्थ काय?'' मटिल्डाने विचारलं.

''उदाहरणार्थ, तू इतक्या लहान वयात अत्यंत प्रतिभासंपन्न आहेस याचा या सगळ्याशी काही संबंध असेल का...''

''म्हणजे नक्की काय?'' मटिल्डाने विचारलं.

''म्हणजे असं मूल जे वयाच्या मानाने खूपच जास्त बुद्धिमान असतं. तू अलौकिक बुद्धिमत्तेची आहेस.''

''खरंच?'' मटिल्डाने विचारलं.

''हो, अर्थातच. तुला ते समजत असेलच की. तुझं वाचन बघ. तुझं गणिती कौशल्य बघ.''

''हं, मला वाटतं तुम्ही म्हणताय ते बरोबर आहे,'' मटिल्डा म्हणाली.

मटिल्डाला अजिबात गर्व किंवा स्वतःच्या प्रतिभेची जाणीव नसलेली पाहून मिस हनीला सुखद आश्चर्याचा धक्काच बसला.

''माझ्या मनात राहून राहून विचार येतोय,'' मिस हनी म्हणाली, ''स्पर्श न करता वस्तू हलवायची ही जी शक्ती तुला अचानक मिळाली आहे याचा तुझ्या मेंदूशी, बुद्धिमत्तेशी काहीतरी संबंध असावा का.''

''म्हणजे माझ्या डोक्यात इतक्या सगळ्या मेंदूला जागा नाहीये आणि म्हणून त्यातली थोडी शक्ती बाहेर टाकावी लागते, असं म्हणताय का?''

''नाही, मला असं नव्हतं म्हणायचं,'' मिस हनी हसत म्हणाली. ''पण मी पुन्हा एकदा सांगते, काहीही झालं तरी यापुढे काळजीपूर्वक वागलं पाहिजे. तो ग्लास उलटा पाडल्यानंतर, तुझ्या चेहऱ्यावरचे तू खूप दूरवर असल्यासारखे विचित्र चमकते भाव मी अजून विसरले नाहीये.''

''असं केल्याने मला खरंच काहीतरी इजा होऊ शकते असं तुम्हाला वाटतं का? असाच विचार तुमच्या मनात येतोय का, मिस हनी?''

''तुला तसं केल्यावर खूप वेगळंच, चमत्कारिक काहीतरी वाटलं होतं, हो ना?''

''मला खूप भारी वाटलं,'' मटिल्डा म्हणाली. ''एक-दोन क्षण मी चंदेरी पंख लावून ताऱ्यांच्या पलीकडे वेगाने उडत होते. मी तुम्हाला मघाशी

म्हणाले ना. आणि मिस हनी, तुम्हाला आणखी एक गोष्ट सांगू? दुसऱ्या वेळी तसं करणं खूप खूप सोपं गेलं. मला वाटतं इतर कोणत्याही गोष्टीचं असतं तसंच याचंही आहे. जितका जास्त सराव होईल तितकं ते करणं सोपं जातं.''

मटिल्डाला फार पळावं लागू नये म्हणून मिस हनी हळूहळू चालत होती. गाव मागे पडल्यामुळे गावाबाहेरच्या त्या रस्त्यावर खूप छान शांत वाटत होतं. शरद ऋतूतली सोनेरी दुपार होती. कुंपणांमधल्या झुडपांत ओल्ड मॅन्स बिअर्ड गवताचे पुंजके आणि ब्लॅकबेरीचे घोस लागले होते. हॉथॉर्न बेरीजचा रंग पिकून लाल होऊ लागला होता. येत्या हिवाळ्यात पक्षी त्या खायला येणार होते. रस्त्याच्या दोन्ही बाजूंना अधूनमधून ओक, सायकामोर, ॲश आणि क्वचित स्वीट चेस्टनट अशी उंच झाडं होती. मिस हनीने त्या वेळी विषय बदलावा म्हणून मटिल्डाला त्या सगळ्या झाडांची नावं सांगितली आणि त्यांच्या पानांच्या आकारांवरून आणि खोडाच्या सालीच्या रचनेवरून ती कशी ओळखायची तेही शिकवलं. मटिल्डाने सगळं नीट ऐकून घेतलं आणि आपल्या मनात काळजीपूर्वक साठवलं.

रस्त्याच्या डाव्या बाजूच्या झुडपांच्या कुंपणात एके ठिकाणी मोकळी जागा होती तिथे त्या पोहोचल्या. तिथे पाच फळकुटांचं एक फाटक होतं. ''इथून ये,'' असं म्हणून मिस हनीने ते फाटक उघडलं आणि मटिल्डाला आत घेऊन पुन्हा बंद केलं. आता त्या दोघी एका अरुंद पायवाटेवरून चालत होत्या. त्या मातीच्या पायवाटेवर ढकलगाड्यांमुळे चाकोऱ्या उमटल्या होत्या. त्याच्या दोन्ही बाजूंना हेझलच्या उंच झुडपांचं कुंपण होतं, आणि त्याने पांघरलेल्या हिरव्या शालीत तपकिरी दाण्यांचे घोस लगडलेले दिसत होते. अन्नाची कमतरता असलेल्या हिवाळ्याच्या महिन्यांसाठी खारी लवकरच हे हेझलनट गोळा करून साठवून ठेवायला लागतील, असं मिस हनीने सांगितलं.

''म्हणजे तुम्ही इथे राहता?'' मटिल्डाने विचारलं.

'हो,' मिस हनी इतकंच म्हणाली.

मिस हनी कुठे राहत असेल असा विचारच कधी मटिल्डाच्या मनात यापूर्वी आला नव्हता. तिच्यासाठी मिस हनी फक्त शिक्षिका होती, जी शाळा सुरू झाल्यावर कुठूनतरी अवतरते आणि शिकवून झालं की निघून जाते. शाळा सुटल्यावर आपल्या शिक्षिका कुठे जातात याचा एक तरी मूल थबकून विचार करतं का? आपली शिक्षिका एकटीच राहते का तिच्या घरी आई किंवा बहीण किंवा तिचा नवरासुद्धा राहतो असा विचार आपण कधी करतो का, असं मटिल्डाच्या मनात आलं. ''मिस हनी, तुम्ही एकट्याच राहता?'' तिने विचारलं.

'हो,' मिस हनी उत्तरली. ''अगदी एकटी.''

पायवाटेवरच्या मातीतल्या चाकोऱ्या उन्हाने वाळून कडक झाल्या होत्या. त्यामुळे काळजीपूर्वक पाय टाकला नाही तर घोटाच मुरगळण्याची भीती होती. हेझलच्या फांद्यावर काही पक्षी बागडत होते, पण आसपास बाकी कोणीच नव्हतं.

''हे एका शेतमजुराचं घर आहे,'' मिस हनी म्हणाली. ''फार काही अपेक्षा ठेवू नकोस हं. आपण पोहोचलोच आता.''

उजव्या बाजूला हेझलच्या वाकलेल्या फांद्यांमध्ये आणि झुडपांमध्ये लपलेलं एक लहानसं हिरवं फाटक लागलं. फाटकावर हात ठेवून मिस हनी म्हणाली, ''ते बघ. मी तिथे राहते.''

मटिल्डाला लाल विटांच्या एका लहानशा घराकडे जाणारी अरुंद पायवाट दिसली. ते घर इतकं लहान होतं की माणसापेक्षा एखाद्या बाहुलीच्या घरासारखंच वाटत होतं. त्याच्या विटा इतक्या जुन्या होत्या की त्यांचा रंग विटलेला होता आणि त्या कोणत्याही क्षणी पडतील असं वाटत होतं. त्यावर करडं कौलारू छप्पर आणि एक लहानशी चिमणी होती. पुढच्या बाजूला दोन लहान लहान खिडक्या होत्या. एखाद्या सायंदैनिकाच्या आकारापेक्षा त्या खिडक्या काही मोठ्या नव्हत्या आणि त्या घराला वरचा मजलाबिजला काही नव्हता. पायवाटेच्या दोन्ही बाजूंना खाजकुयलीची झुडपं, ब्लॅकबेरीची काटेरी झुडपं आणि उंच तपकिरी गवत माजलं होतं. घरावर एका भल्यामोठ्या ओक वृक्षाने आपली सावली धरली होती. त्याच्या पसरलेल्या प्रचंड फांद्यांनी जणू त्या चिमुकल्या घराला कवेत घेतलं होतं आणि कदाचित बाहेरच्या जगापासून लपवूनही ठेवलं होतं.

मिस हनीचा एक हात अजूनही न उघडलेल्या फाटकावरच होता. ती मटिल्डाकडे वळून म्हणाली, ''प्रत्येक वेळी या पायवाटेवरून जाताना मला डिलन थॉमस नावाच्या एका कवीच्या ओळी आठवतात.''

मटिल्डा मिस हनीच्या बोलण्याची वाट बघत थांबली. मिस हनीने मग सुंदर आवाजात सावकाश कविता म्हणायला सुरुवात केली :

'Never and never, my girl riding far and near
In the land of the heartstone tales, and spelled asleep,
Fear or believe that the wolf in the sheepwhite hood
Loping and bleating roughly and blithely shall leap, my dear, my dear,
Out of a lair in the flocked leaves in the dew dipped year
To eat your heart in the house in the rosy wood.'

'नेव्हर ॲन्ड नेव्ह, माय गर्ल रायडिंग फार अँड नियर
इन द लँड ऑफ द हार्टस्टोन टेल्स, अँड स्पेलड् अस्लीप,
पियर ऑर बिलीव्ह दॅट द वोल्फ इन द शीपव्हाइट हूड,
लॉपिंग अँड ब्लिटिंग रफली अँड ब्लायथली शाल लीप, माय डियर, माय डियर.
आउट ऑफ अ लायर इन द फ्लॉकड् लिव्हज् द ड्यू डिपड् इयर
टू इट युअर हार्ट इन द हाउस इन द रोझी वूड.'

क्षणभर शांतता पसरली. मटिल्डाने कधीच अशी अद्भुतरम्य कविता मोठ्याने म्हटलेली ऐकली नसल्याने ती फारच हेलावून गेली होती. ''हे तर संगीतासारखं वाटतंय,'' ती कुजबुजली.

''हे संगीतच आहे,'' मिस हनी म्हणाली. मग अचानक आपण आपली एखादी अत्यंत खासगी गुप्त गोष्ट उघड केल्यासारखी ती लाजली आणि पटकन फाटक उघडून आत चालत गेली. मटिल्डा मागेच रेंगाळली. तिला या जागेची जरा भीतीच वाटायला लागली होती. ही जागा वास्तव जगातली वाटतच नव्हती. शिवाय ती गावापासून किती दूर होती. असं

वाटत होतं की ही अद्भुत जागा या पृथ्वीतलावरची नाहीच आहे. ग्रीम्स किंवा हॅन्स अँडरसनच्या कथांमधल्या एखाद्या चित्रासारखं समोरचं दृश्य होतं. हॅन्सल आणि ग्रेटलसोबत तो गरीब लाकूडतोड्या राहायचा तीच ही झोपडी होती. किंवा रेड रायडिंग हूडची आजीसुद्धा याच तर घरात राहायची. हे हिमगौरीच्या सात बुटक्यांचंही घर होतं आणि गोल्डीलॉक्सच्या तीन अस्वलांचं आणि इतरही सगळ्याच गोष्टींमधलं! ते तर थेट परीकथेतलंच भासत होतं.

''ये की गं,'' मिस हनीने तिला हाक मारली. मग मटिल्डाही त्या पायवाटेवरून पुढे गेली.

घराच्या दाराच्या हिरव्या रंगाचे पोपडे निघाले होते आणि त्याला किल्ली फिरवायला भोकच नव्हतं. मिस हनीने फक्त लॅच वर केलं आणि दार ढकलून ती आत गेली. ती फार उंच नसूनही तिला त्या दारातून आत शिरताना वाकावं लागत होतं. मटिल्डाही तिच्या मागोमाग आत शिरली आणि आपण एका अंधाऱ्या अरुंद बोगद्यात आलोय असंच तिला वाटलं.

''तू स्वयंपाकघरात येऊन मला चहा करायला मदत करू शकतेस,'' मिस हनी म्हणाली आणि ती त्या बोगद्यातून स्वयंपाकघरात गेली. म्हणजे जर त्याला स्वयंपाकघर म्हटलं तर! खरं तर ते एखाद्या कपड्यांच्या मोठ्या कपाटाएवढंच होतं आणि त्याच्या मागच्या भिंतीला एक छोटीशी खिडकी होती. त्या खिडकीखाली सिंक होतं पण त्यात पाण्याचा नळच नव्हता. दुसऱ्या एका भिंतीवर एक शेल्फ होतं. बहुधा त्यावर खाणं बनवायचं असावं. आणि त्या शेल्फच्या वर एक कपाट होतं. त्या शेल्फवरच प्रायमसचा एक

स्टोव्ह, एक भांडं आणि एक अर्धी भरलेली दुधाची बाटली होती. प्रायमस म्हणजे तुम्ही जंगलांत वगैरे भटकंतीला आणि राहायला गेलात की वापरायचा लहानसा स्टोव्ह. त्यात पॅराफिन भरायचं आणि तो वरच्या बाजूने पेटवायचा आणि मग ज्वाला येण्यासाठी त्याचा पंप मारायचा.

''मी प्रायमस पेटवते तोवर तू माझ्यासाठी थोडं पाणी आण ना,'' मिस हनी म्हणाली. ''मागच्या बाजूला विहीर आहे. दोराच्या टोकाला बादली बांध आणि विहिरीत सोड, पण तू पडू नकोस हं!'' मटिल्डाला फारच आश्चर्य वाटत होतं. बादली घेऊन ती मागच्या अंगणात गेली. विहिरीच्या वर लहानसं लाकडी छप्पर होतं आणि दोर गुंडाळायची साधीसोपी रचना होती. त्या काळ्या खोल अंधारात दोर लटकत होता. तिने तो वर खेचून घेतला आणि बादली त्याला अडकवली. मग बादली पाण्यात पडल्याचा आवाज येईपर्यंत तिने ती खाली सोडली. मग पुन्हा दोर वर ओढून घेतला तर काय! बादली भरलेली!

''एवढं बास?'' तिने बादली घरात नेत विचारलं.

''हो, अगदी,'' मिस हनी म्हणाली. ''मला नाही वाटत तू याआधी कधी विहिरीतून पाणी काढलं असशील, हो ना?''

''कधीच नाही,'' मटिल्डा म्हणाली. ''मजा आली. पण तुम्ही अंघोळीचा टब भरेल एवढं पाणी कसं आणता?''

''मी टबमध्ये अंघोळ नाही करत,'' मिस हनी उत्तरली. ''मी उभ्याउभ्याच अंघोळ करते. एक बादलीभर पाणी आणते, या स्टोव्हवर गरम करते आणि मग कपडे काढून अंग नीट धुते.''

''तुम्ही खरंच अशी अंघोळ करता?'' मटिल्डाने विचारलं.

''हो, खरंच! इंग्लंडमधले सगळे गरीब लोक काही काळापूर्वीपर्यंत अशीच अंघोळ करायचे. आणि त्यांच्याकडे तर प्रायमससुद्धा नसायचा. त्यांना तर शेकोटीवर पाणी गरम करावं लागायचं.''

''मिस हनी, तुम्हीसुद्धा गरीब आहात का?''

''हो. खूप,'' मिस हनी म्हणाली. ''हा स्टोव्ह किती छान आहे नं?'' तो स्टोव्ह आता चांगला भडकला होता आणि त्यातून मोठ्ठी निळी ज्वाला लपलपत होती. भांड्यातलं पाणी लगेच उकळायलाही लागलं. मिस हनीने कपाटातून किटली काढली आणि त्यात चहापत्ती टाकली. मग तिने कुठूनतरी कणकेचा पावही पैदा केला. त्याच्या लोफमधून तिने दोन पातळ स्लाइसेस कापल्या आणि मग एका प्लास्टिकच्या डब्यातून मार्गारिन काढून पावाला लावलं.

'मार्गारिन! या खरंच खूप गरीब असणार,' मटिल्डाच्या मनात आलं.

मिस हनीने एक ट्रे घेतला आणि त्यावर तिने दोन मग, किटली, दुधाची बाटली आणि पावाच्या स्लाइसेसची ताटली ठेवली. ''माझ्याकडे साखर नाहीये गं. कारण मी कधीच वापरत नाही.''

''असू दे. काही नाही एवढं,'' मटिल्डा म्हणाली. ती इतकी शहाणी होती की आत्ताची परिस्थिती किती नाजूक आहे हे तिला समजत होतं आणि आपल्या सोबतिणीला कोणत्याही प्रकारे लाजिरवाणं वाटू नये याची ती नीट खबरदारी घेत होती.

''आपण बैठकीच्या खोलीत बसू या,'' मिस हनी म्हणाली. तिने ट्रे उचलला आणि स्वयंपाकघरातून बाहेर पडून त्या अंधाऱ्या बोगद्यातून दुसऱ्या खोलीत आली. मटिल्डा तिच्या मागोमाग गेली. पण त्या बैठकीच्या म्हणाव्या अशा खोलीच्या दारातच ती थबकली आणि चकित होऊन आजूबाजूला पाहू लागली. ती चौकोनी खोली तुरुंगातल्या एखाद्या

कोठडीइतकी लहान आणि तितकीच रिकामी होती. पुढच्या बाजूच्या भिंतीला एकच छोटी खिडकी होती आणि त्यातून अंधूक प्रकाश येत होता. त्या खिडकीला पडदाही नव्हता. दोन लाकडी खोके उलटे ठेवून त्याच्याच खुर्च्या केलेल्या होत्या आणि आणखी एका उलट्या खोक्याचं टेबल होतं. त्या अख्ख्या खोलीत इतकंच सामान होतं. बस्स, इतकंच. भिंतींवर चित्रं टांगलेली नव्हती, जमिनीवर गालिचा नव्हता. फक्त पॉलिश न केलेल्या खरखरीत लाकडी फळकुटांची जमीन होती आणि त्या फळ्यांच्या मध्येमध्ये असलेल्या फटींत धूळ आणि घाण साचलेली होती. छत इतकं बुटकं होतं की उडी मारल्यावर मटिल्डाचा हात वर लागला असता. भिंती पांढऱ्या होत्या, पण तो पांढरेपणा रंगांचा वाटत नव्हता. मटिल्डाने तळवा भिंतीवर घासून पाहिला तर कसलीशी पांढरी पूड तिच्या हाताला लागली. गोठे, तबेले आणि कोंबड्यांच्या खुराड्यांना लावतात तसा तो स्वस्तातला चुना होता.

मटिल्डाला धक्काच बसला होता. टापटीप आणि छान कपडे घालणारी तिची शिक्षिका खरोखरच इथे राहायची? दिवसभर काम केल्यानंतर तिला रोज इथे यावं लागायचं? इतकंच होतं का तिच्याकडे? मटिल्डाचा विश्वासच बसत नव्हता. आणि या सगळ्यामागे काय कारण होतं? या सगळ्यात नक्कीच काहीतरी विचित्र होतं.

मिस हनीने तो ट्रे एका खोक्यावर ठेवला. ''बस, बाळा, बस की,'' ती म्हणाली. ''आपण मस्त गरम गरम चहा पिऊ या. तू पावसुद्धा घे हं. दोन्ही स्लाइसेस तुझ्यासाठीच आहेत. मी घरी आल्यावर कधीच काही खात नाही. शाळेतच माझं भरपेट जेवण होतं आणि तेच मला दुसऱ्या दिवशी सकाळपर्यंत पुरतं.''

मटिल्डा काळजीपूर्वक एका उलट्या खोक्यावर बसली. बाकी काही नाही पण केवळ शिष्टाचार म्हणून तिने मार्गारिन लावलेली एक स्लाइस उचलली आणि खायला सुरुवात केली. एरवी घरी ती लोणी लावलेला भाजलेला पाव, स्ट्रॉबेरी जॅम आणि एखादा केकचा तुकडा खात असती. आणि तरीही का कुणास ठाऊक, पण इथे तिला जास्त मजा येत होती. या घरात काहीतरी गूढ होतं, काहीतरी मोठं रहस्य होतं हे नक्की आणि ते काय असेल हे जाणून घ्यायची मटिल्डाला खूप उत्सुकता लागली होती.

मिस हनीने चहा ओतला आणि मग दोन्ही मगांत थोडं थोडं दूध घातलं. त्या रिकाम्या खोलीत एका उलट्या ठेवलेल्या खोक्यावर बसून, गुडघ्यावर मग ठेवून चहा पिताना ती कणभरही अवघडल्यासारखी वाटत नव्हती.

''तुला माहितेय, तू त्या ग्लासचं जे केलंस ना, त्याबद्दल मी खूप विचार करत होते. तुला खूप मोठी शक्ती मिळाली आहे, बाळा, तुला माहितेय ना.''

''हो, मिस हनी. मला माहितेय,'' मटिल्डा पाव आणि मार्गारिन खात म्हणाली.

''माझ्या माहितीत तरी, जगाच्या इतिहासात कोणीही स्पर्श न करता किंवा फुंकर मारून किंवा इतर कोणत्याही बाहेरच्या मदतीशिवाय एखाद्या वस्तूला हलायला भाग पाडू शकलेलं नाहीये,'' मिस हनी म्हणाली.

मटिल्डाने मान डोलावली पण ती काही बोलली नाही.

''तुझ्या या शक्तीची खरी मर्यादा काय आहे हे शोधणं खरं रंजक ठरेल,'' मिस हनी म्हणाली. ''मला माहितेय की तुला असं वाटतंय की तू जगातली कोणतीही गोष्ट हलवू शकतेस, पण तरी माझ्या मनात काही शंका आहेत.''

''मला काहीतरी मोठ्ठ्या वस्तूवर प्रयोग करायला आवडेल,'' मटिल्डा म्हणाली.

''अंतराचं काय? तुला ज्या गोष्टी ढकलायच्या असतील त्यांच्या जवळच तुला असावं लागेल का?'' मिस हनीने विचारलं.

''मला खरंच माहीत नाही,'' मटिल्डा म्हणाली. ''पण करून बघायला मजा येईल!''

१७

मिस हनीची कहाणी

''आपण घाई नाही केली पाहिजे,'' मिस हनी म्हणाली. ''चल, आणखीन एक-एक कप चहा पिऊ या. आणि ती दुसरी स्लाइससुद्धा खा हं. तुला भूक लागली असेल ना.''

मटिल्डाने दुसरी स्लाइस घेतली आणि ती सावकाश खाऊ लागली. मार्गारिन चवीला अजिबातच वाईट नव्हतं. खरं तर माहीत नसतं तर आपल्याला फरक तरी कळला असता का, अशी तिला शंका आली. ''मिस हनी,'' ती एकदम म्हणाली, ''आपल्या शाळेत ते तुम्हाला खूपच कमी पैसे देतात का?''

मिस हनीने तीक्ष्णपणे वर पाहिलं. ''फार वाईट नाही. मला इतरांएवढेच पैसे मिळतात,'' ती म्हणाली.

''पण तुम्ही इतक्या गरीब दिसताय त्या अर्थी ते पैसे खूपच कमी असणार,'' मटिल्डा म्हणाली. ''सगळे शिक्षक असेच राहतात का? फर्निचरशिवाय, स्वयंपाकघरातल्या शेगडीशिवाय आणि बाथरूमशिवाय?''

''नाही, ते असे नाही राहत,'' मिस हनी जरा ताठरपणे म्हणाली. ''मीच अपवाद आहे.''

''मला वाटतं तुम्हाला असं साधेपणाने राहायला आवडत असणार,'' मटिल्डा आणखी जरा खोदून विचारत म्हणाली. ''घराची साफसफाई किती सोपी जात असेल ना आणि तुम्हाला फर्निचरला पॉलिशबिलिशसुद्धा करायला लागत नसेल. आणि त्या निरुपयोगी शोभेच्या वस्तूसुद्धा रोजच्या

रोज पुसाव्या–झटकाव्या लागत नसतील. आणि मला वाटतं, फ्रीजच नसेल तर बाहेर जाऊन त्यात भरायला उगाचच अंडी, मेयोनीज आणि आइस्क्रीमसारखे सटरफटर पदार्थ आणावे लागत नसतील. कितीतरी खरेदी वाचत असेल.''

त्या क्षणी मटिल्डाच्या लक्षात आलं की, मिस हनीचा चेहरा पिळवटला होता आणि त्यावर विचित्रच भाव आले होते. तिचं अख्खं शरीर ताठर झालं होतं. तिचे खांदे वाकले होते आणि तिने ओठ घट्ट आवळले होते. चहाचा मग दोन्ही हातांत धरून ती त्यात एकटक बघत होती. जणू काही मटिल्डाच्या भोचक प्रश्नांची उत्तरं ती त्या मगात शोधत असावी.

त्यानंतर अवघडलेली मोठी शांतता पसरली. तीस सेकंदांच्या कालावधीत त्या छोट्याशा खोलीतलं वातावरणच पूर्ण बदलून गेलं. आता त्या वातावरणात अवघडलेपणा आणि गूढ जाणवू लागलं होतं. मटिल्डा म्हणाली, ''मी तुम्हाला असे प्रश्न विचारले त्याबद्दल खरंच सॉरी, मिस हनी. खरं तर माझा याच्याशी काही संबंध नाहीये.''

त्या क्षणी मिस हनी सावरल्यासारखी वाटली. तिने खांदे झटकले आणि मग काळजीपूर्वक चहाचा मग ट्रेमध्ये ठेवला.

''तू का नाही विचारणार?'' ती म्हणाली. ''शेवटी तू विचारणार हे मला माहीतच होतं. तुझ्या मनात हे विचार येण्याइतकी तू हुशार आहेसच. कदाचित तू हे प्रश्न विचारावेस अशी माझीच इच्छा होती. कदाचित म्हणूनच मी तुला घरी बोलावलं. खरं सांगू का... मी इथे दोन वर्षांपूर्वी राहायला आले, त्यानंतर इथे येणारी तू माझी पहिली पाहुणी आहेस.''

मटिल्डा काहीच बोलली नाही. खोलीतला तणाव वाढत चाललेला तिला जाणवत होता.

''माझ्या बाळा, तू तुझ्या वयाच्या मानाने किती शहाणी आहेस गं,'' मिस हनी पुढे बोलू लागली. ''त्यामुळे कधीकधी मला धक्काच बसतो. तू लहान मुलीसारखी दिसत असलीस तरी खरं तर तू लहान नाहीचयंस कारण तुझं मन आणि तर्कशक्ती एखाद्या मोठ्या माणसाइतकी प्रगल्भ आहे. मला वाटतं आपण तुला 'प्रौढ-मूल' म्हणू शकतो! मी काय म्हणतेय ते कळतंय ना तुला?''

मटिल्डा अजूनही काही बोलली नाही. मिस हनी पुढे काय सांगणार आहे त्याची ती वाट बघत होती.

''आजवर मला माझ्या अडचणींविषयी कोणाशी बोलणं शक्यच झालं नव्हतं,'' मिस हनी म्हणाली. ''त्या वेळी वाटणाऱ्या शरमेला मला तोंडच देता येत नव्हतं. आणि खरं तर माझ्यात तेवढं धाडसच नव्हतं. मी लहान असतानाच माझ्यात होतं नव्हतं ते धाडस उखडून फेकून देण्यात आलं. पण आता अचानक मला कोणालातरी सगळं सगळं सांगून टाकायची फारच प्रबळ इच्छा होतेय. मला माहितेय की तू फक्त एक चिमुकली मुलगी आहेस, पण तुझ्यात काहीतरी जादू आहे. मी स्वतःच्या डोळ्यांनी ते पाहिलंय.''

मटिल्डाने कान टवकारले. तिला जो आवाज ऐकू येत होता तो मदतीची याचना करत होता. अगदी नक्की. खरोखरच.

मग तो आवाज पुन्हा बोलू लागला. ''आणखी थोडा चहा घे ना,'' तो आवाज म्हणाला. ''मला वाटतं थोडासा शिल्लक असेल अजून.''

मटिल्डाने मान डोलावली.

मिस हनीने दोन्ही मगांमध्ये चहा ओतला आणि दूध घातलं. मग पुन्हा दोन्ही हातांनी आपला मग धरून ती चहाचे घुटके घेऊ लागली.

बराच वेळ शांतताच होती. मग ती म्हणाली, ‘‘मी तुला एक गोष्ट सांगू?’’

‘‘हो, नक्की,’’ मटिल्डा म्हणाली.

‘‘मी तेवीस वर्षांची आहे,’’ मिस हनी म्हणाली. ‘‘आणि मी जन्मले तेव्हा माझा बाबा या गावात डॉक्टर होता. आमचं एक छानसं घर होतं... भरपूर मोठं, लाल विटांचं. ते टेकडीमागच्या जंगलात आहे. मला नाही वाटत तुला तो परिसर माहीत असेल.’’

मटिल्डा गप्पच राहिली.

‘‘मी तिथेच जन्मले,’’ मिस हनी सांगू लागली. ‘‘आणि मग पहिली दुःखद घटना घडली. मी दोन वर्षांची असताना माझी आई वारली. माझा बाबा डॉक्टर असल्याने कामात खूप व्यग्र असायचा. घराची देखभाल करायला आणि मला संभाळायला कोणाचीतरी गरज होती. त्यामुळे त्याने माझ्या मावशीला, म्हणजे माझ्या आईच्या लग्न न झालेल्या बहिणीला आमच्या सोबत राहायला बोलावून घेतलं. तीही कबूल झाली आणि राहायला आली.’’

मटिल्डा लक्षपूर्वक ऐकत होती. ‘‘तुमची मावशी तुमच्याकडे आली तेव्हा किती वर्षांची होती?’’ तिने विचारलं.

‘‘फार मोठी नव्हती,’’ मिस हनी म्हणाली. ‘‘मला वाटतं तिशीची असेल. पण पहिल्यापासूनच मला ती मुळीच आवडली नाही. मला आईची प्रचंड आठवण यायची. आणि माझी मावशी अजिबात प्रेमळ नव्हती. माझ्या बाबाला हे काहीच माहीत नव्हतं, कारण तो बरेचदा घरी नसायचाच. पण जेव्हा जेव्हा तो घरी असायचा तेव्हा माझी मावशी अगदी वेगळी वागायची.’’

मिस हनी बोलायची थांबली आणि तिने चहाचा घोट घेतला. ‘‘मी तुला हे सगळं का सांगतेय ते माझं मलाच कळत नाहीये,’’ ती शरमून म्हणाली.

‘‘प्लीज, पुढे सांगा ना,’’ मटिल्डा म्हणाली.

‘ठीकेय,’ मिस हनी सांगू लागली. ‘‘मग पुन्हा एकदा एक दुःखद घटना घडली. मी पाच वर्षांची असताना माझा बाबा अचानक गेला. आदल्या दिवसापर्यंत तो होता आणि अचानक एक दिवस तो गेलाच. आणि अशा प्रकारे मला मावशीसोबत एकटीला राहावं लागलं. ती कायद्यानेही माझी पालक झाली. माझ्या बाबतीत एखाद्या खऱ्या पालकासारखेच सगळे

अधिकार तिला मिळाले. आणि काहीतरी खटपटी करून ती आमच्या घराची मालकीणसुद्धा बनली.''

''तुमचा बाबा कसा गेला?'' मटिल्डाने विचारलं.

''मला आश्चर्य वाटलं, तू हा प्रश्न विचारलास,'' मिस हनी म्हणाली. ''त्या वेळी मी हा प्रश्न विचारायच्या वयाची नव्हते. पण नंतर माझ्या लक्षात आलं की त्याच्या मृत्यूभोवती खूपच गूढ होतं.''

''तो कसा गेला हे तुम्हाला माहीत नव्हतं?'' मटिल्डाने विचारलं.

''अगदीच नाही असं नाही,'' मिस हनी सांगावं की न सांगावं असा विचार करत म्हणाली. ''खरं तर तो असं काही करेल यावर कोणाचाच विश्वास बसत नव्हता. तो इतका शहाणा आणि विवेकी माणूस होता.''

''काय करेल?'' मटिल्डाने विचारलं.

''स्वतःचा जीव घेईल.''

मटिल्डा थक्क झाली.

''त्याने खरंच असं केलं?'' तिने 'आ' वासून विचारलं.

''तसं भासवलं गेलं खरं,'' मिस हनी म्हणाली. ''पण कुणास ठाऊक?'' तिने खांदे उडवले आणि ती त्या लहानशा खिडकीतून दूरवर पाहू लागली.

''मला माहितेय तुमच्या मनात काय चालू आहे ते,'' मटिल्डा म्हणाली. ''तुम्हाला वाटतंय की तुमच्या मावशीनेच त्याला मारलं आणि त्याने स्वतःला मारल्याचा देखावा उभा केला.''

''मी काहीही विचार करत नाहीये,'' मिस हनी म्हणाली. ''कोणत्याही पुराव्याशिवाय कोणीही असा काही विचार नाही केला पाहिजे.''

त्या लहानशा खोलीत शांतता पसरली. मटिल्डाच्या लक्षात आलं, की मग धरलेले मिस हनीचे हात किंचित थरथरत होते. ''मग नंतर काय झालं?'' तिने विचारलं. ''तुम्ही तुमच्या मावशीसोबत एकट्याच राहायला लागल्यावर काय झालं? ती तुमच्याशी नीट नाही का वागायची?''

''नीट?'' मिस हनी म्हणाली. ''ती राक्षसीण होती, राक्षसीण! माझ्या वडलांचा अडथळा दूर झाल्या झाल्या तिने आपले रंग दाखवायला सुरुवात केली. भयंकर होती ती! त्यानंतर माझं आयुष्य एक दुःस्वप्नच बनून गेलं.''

''काय करायची ती तुम्हाला?'' मटिल्डाने विचारलं.

''मला त्याबद्दल बोलायचं नाहीये,'' मिस हनी म्हणाली. ''ते सगळं फारच भयंकर आहे. पण शेवटी मी इतकी घाबरून राहायला लागले की ती खोलीत आली तरी मी चळाचळा कापायचे. मी तुझ्यासारखी कणखर स्वभावाची कधीच नव्हते, हे तू लक्षात घे. मी कायम लाजरीबुजरी आणि भिडस्त स्वभावाची होते.''

''तुमचे बाकी कोणी नातेवाईक नव्हते का?'' मटिल्डाने विचारलं. ''कोणी काका, आत्या किंवा आजी वगैरे, जे तुम्हाला भेटायला येतील?''

''मला तरी कोणी माहीत नाहीत,'' मिस हनी उत्तरली. ''एक तर ते सगळे आधीच वारले होते किंवा ऑस्ट्रेलियाला गेले होते. आणि अजूनही ही परिस्थिती तशीच आहे.''

''म्हणजे तुम्ही त्या घरात मावशीसोबत एकट्याच वाढलात,'' मटिल्डा म्हणाली. ''पण तुम्ही शाळेत तर जात असाल ना?''

''हो, अर्थातच,'' मिस हनी म्हणाली. ''तू आत्ता ज्या शाळेत जातेस त्याच शाळेत मी शिकले. पण मी घरी राहायचे ना.'' मिस हनी थांबली आणि आपल्या रिकाम्या मगात एकटक बघत राहिली. ''मला वाटतं, मी तुला हे समजवायचा प्रयत्न करतीये, की इतक्या वर्षांमध्ये मला या राक्षसिणीसारख्या मावशीने इतकं दाबून ठेवलं, माझ्यावर इतकं वर्चस्व गाजवलं की जेव्हा ती मला कोणतीही आज्ञा द्यायची तेव्हा मी ती लगेच पाळायचे. असं होतं, तुला माहितेय? त्यामुळे मी दहा वर्षांची होईपर्यंत तिची गुलामच झाले होते. घरातली सगळी कामं मीच करायचे. मी तिच्या पलंगावरच्या चादरी वगैरे बदलायचे. मी तिचे कपडे धुवून त्यांना इस्त्री करायचे. सगळा स्वयंपाकही मीच करायचे. सगळी कामं करायला मी शिकून गेले.''

‘‘पण तुम्ही नक्कीच कोणापाशीतरी तक्रार करू शकला असतात ना?’’ मटिल्डा म्हणाली.

‘‘कोणापाशी?’’ मिस हनी म्हणाली. ‘‘आणि तसंही, मी इतकी घाबरलेली असायचे की तक्रार करणं शक्यच नव्हतं. मी सांगितलं ना तुला, मी तिची गुलामच होते.’’

‘‘ती मारायची तुम्हाला?’’

‘‘आपण तपशिलात नको शिरायला,’’ मिस हनी म्हणाली.

‘‘किती भयंकर आहे हे!’’ मटिल्डा उद्गारली. ‘‘तुम्ही सारख्याच रडायचात का?’’

‘‘फक्त जेव्हा मी एकटी असायचे तेव्हा. तिच्या समोर रडायची परवानगी नव्हती मला. पण मी सतत भीतीच्या छायेत जगायचे.’’

‘‘शाळा संपल्यावर काय झालं?’’ मटिल्डाने विचारलं.

‘‘मी हुशार विद्यार्थिनी होते,’’ मिस हनी म्हणाली. ‘‘मला सहज कोणत्याही विद्यापीठात प्रवेश मिळाला असता. पण तसं करण्याचा प्रश्नच नव्हता.’’

‘‘का, मिस हनी?’’

‘‘कारण घरची कामं करायला तिला मी लागणार होते.’’

‘‘पण मग तुम्ही शिक्षिका कशा बनलात?’’ मटिल्डाने विचारलं.

‘‘रीडिंगमध्ये शिक्षक प्रशिक्षणाचं कॉलेज आहे,’’ मिस हनी म्हणाली. ‘‘इथून बसने रीडिंगला जायला फक्त चाळीस मिनिटं लागतात. रोज दुपारी कॉलेज सुटल्यावर मी थेट घरी येईन आणि कपडे धुणं, इस्त्री, घराची साफसफाई आणि रात्रीचं जेवण बनवणं ही सगळी कामं करीन या अटीवर मला तिथे शिकायची परवानगी मिळाली.’’

‘‘तेव्हा तुम्ही किती वर्षांच्या होतात?’’ मटिल्डाने विचारलं.

‘‘मी शिक्षक प्रशिक्षण घ्यायला लागले तेव्हा अठरा वर्षांची होते,’’ मिस हनीने सांगितलं.

‘‘तुम्ही सामान बांधून सरळ घरातून निघून जाऊ शकला असतात,’’ मटिल्डा म्हणाली.

‘‘मला नोकरी मिळेपर्यंत नाही. आणि विसरू नकोस, तोपर्यंत मी माझ्या मावशीच्या इतकी वर्चस्वाखाली होते की माझी तशी हिंमतच झाली

नसती. एखाद्या खूप खंबीर व्यक्तिमत्त्वाने तुमचा पूर्ण ताबा घेणं म्हणजे काय याची तुला कल्पना येणार नाही. तुम्ही अगदी जेलीसारख्या लुळ्यापुळ्या होऊन जाता. तर असं आहे सगळं. ही आहे माझ्या आयुष्याची दुःखी कहाणी... मी फारच बोलले...''

''प्लीज, थांबू नका,'' मटिल्डा म्हणाली. ''तुमचं अजून सांगून झालं नाहीये. तुम्ही शेवटी तिच्या कचाट्यातून कशा सुटलात आणि या गमतीशीर छोट्याशा घरात कशा राहायला लागलात?''

''हां, ती एक चांगली गोष्ट आहे,'' मिस हनी म्हणाली. ''मला त्या वेळी माझाच अभिमान वाटला.''

''सांगा ना मला,'' मटिल्डा म्हणाली.

''जेव्हा मला शिक्षिकेची नोकरी मिळाली तेव्हा मावशीने मला सांगितलं की मी तिचे खूप पैसे देणं लागते. मी का म्हणून विचारलं. ती म्हणाली, 'मी तुला इतकी वर्षं खाऊपिऊ घालतेय आणि तुझ्या बुटांवर, कपड्यांवर खर्च करतेय!' ती म्हणाली की सगळे मिळून हजारो रुपये होतात आणि पुढची दहा वर्षं मी माझा पगार तिला देऊन ते पैसे चुकते करायचे आहेत. ती म्हणाली, 'मी तुला खर्चाला आठवड्याला एक पाउंड देत जाईन. पण त्यापेक्षा जास्त तुला काहीही मिळणार नाही.' तिने तर शाळेच्या व्यवस्थापनालाही सांगितलं आणि माझा पगार थेट तिच्या बँक खात्यात जमा होऊ लागला. तिने त्याबद्दलच्या कागदावर माझी सहीसुद्धा घेतली.''

“तुम्ही तसं करायला नको होतं,” मटिल्डा म्हणाली. “तुमचा पगार हीच तुमच्या स्वातंत्र्याची संधी होती.”

“मला माहितेय, मला माहितेय,” मिस हनी म्हणाली. “पण तोवर जवळपास आयुष्यभर मी तिच्या गुलामगिरीत राहिले होते आणि तिला नकार द्यायची हिंमत किंवा धाडस माझ्यात नव्हतं. मला तेव्हाही तिची फार भीती वाटायची. ती तेव्हाही मला दुखावू करू शकत होती.”

“पण मग तुम्ही स्वतःची सुटका कशी करून घेतलीत?” मटिल्डाने विचारलं.

‘हांऽऽ,’ मिस हनी पहिल्यांदाच हसली. ती म्हणाली, “दोन वर्षांपूर्वीची गोष्ट आहे... तोच माझा सगळ्यात मोठा विजय म्हणता येईल.”

“प्लीज, मला सांगा ना,” मटिल्डा म्हणाली.

“मी खूप लवकर उठायचे आणि मावशी झोपलेली असताना चालत चालत फिरायला जायचे,” मिस हनी म्हणाली. “आणि एक दिवस मला हे लहानसं घर दिसलं. ते रिकामंच होतं. ते कोणाच्या मालकीचं आहे ते मी शोधून काढलं. तो एक शेतकरी होता. तो त्याच्या गायींचं दूध काढत होता. मी हे घर भाड्याने घेऊ शकते का असं मी त्याला विचारलं. ‘तुम्ही तिथे नाही राहू शकत!’ तो ओरडला. ‘तिथे राहण्यायोग्य काहीच सोयी नाहीयेत. पाण्याचा नळ नाही की आणखी काही नाही!’

“‘मला तिथे राहायचंय,’ मी त्याला म्हणाले. ‘मी कविमनाची मुलगी आहे. मी या घराच्या प्रेमातच पडले आहे. प्लीज, मला ते भाड्याने द्या ना.’

“‘तुमचं डोकं फिरलेलं दिसतंय,’ तो म्हणाला. ‘पण तुमचा आग्रहच असेल, तर माझी काहीच हरकत नाही. आठवड्याला दहा पेन्स भाडं द्या.’

“‘हे घ्या एक महिन्याचं आगाऊ भाडं,’ मी त्याला चाळीस पेन्स देत म्हणाले. ‘आणि खूप खूप थँक्यू!’”

“कित्ती भारी!” मटिल्डा चीत्कारली. “म्हणजे अचानक तुम्हाला स्वतःचं घर मिळालं! पण त्या मावशीला हे सांगायची हिंमत कशी गोळा केलीत तुम्ही?”

“ते अवघड होतं, पण मी मनाची तयारी केली,” मिस म्हणाली. “एका रात्री मी तिच्यासाठी स्वयंपाक केल्यानंतर वरच्या मजल्यावरच्या माझ्या खोलीत गेले आणि माझ्या ज्या काही थोड्याफार गोष्टी होत्या त्या

एका खोक्यात भरल्या. मग खाली येऊन मी तिला सांगितलं की मी जाते आहे. 'मी घर भाड्याने घेतलं आहे,' मी जाहीर केलं.

''माझ्या मावशीचा तर भडकाच उडाला. 'घर भाड्याने घेतलं!' ती ओरडली. 'आठवड्याला एकच पाउंड मिळत असताना तुला घर भाड्याने कसं काय मिळालं?'

'''मी मिळवलंय,' मी म्हणाले.

'''आणि तू खाण्यापिण्याचे जिन्नस कसे विकत आणणारेस?'

'''जमेल काहीतरी करून,' मी घाईघाईने पुटपुटले आणि दारातून बाहेर धावले.'

''वा! भारीच केलंच तुम्ही!'' मटिल्डा चीत्कारली. ''म्हणजे शेवटी एकदाच्या तुम्ही स्वतंत्र झालात!''

''हो, मी स्वतंत्र झाले,'' मिस हनी म्हणाली. ''किती छान वाटलं मला ते काय सांगू मी तुला!''

''पण तुम्ही खरंच आठवड्याला एका पाउंडवर इथे दोन वर्षं राहताय?'' मटिल्डाने विचारलं.

''हो, अर्थात!'' मिस हनी म्हणाली. ''मी दहा पेन्स भाडं देते. आणि उरलेल्या पैशातून मला माझ्या स्टोव्हसाठी आणि दिव्यासाठी पॅराफिन, शिवाय दूध, पाव आणि मार्गारिन आणता येतं. मला एवढंच लागतं खरं तर. मी तुला म्हणाले ना, की मी दुपारी शाळेत भरपेट जेवते.''

मटिल्डा तिच्याकडे बघतच राहिली. मिस हनीने किती धाडसी गोष्ट केली होती. अचानक ती मटिल्डाच्या नजरेत 'हिरॉइन' झाली. ''हिवाळ्यात खूप थंडी पडत असेल ना पण?'' तिने विचारलं.

''माझ्याकडे माझा छोटा पॅराफिन स्टोव्ह आहे ना,'' मिस हनी म्हणाली. ''त्याने मला ही खोली किती उबदार करता येते ते पाहिलंस तर आश्चर्य वाटेल तुला.''

''तुमच्याकडे पलंग आहे, मिस हनी?''

''अं... नाही,'' मिस हनी पुन्हा हसून म्हणाली. ''पण कडक पृष्ठभागावर झोपणं आरोग्यासाठी चांगलं असतं असं म्हणतात.''

अचानक त्या क्षणी मटिल्डाला सगळी परिस्थिती अत्यंत स्पष्टपणे दिसू लागली. मिस हनीला मदतीची गरज होती. ती आणखी किती काळ अशी राहू शकणार होती? ''मिस हनी, जर तुम्ही नोकरी सोडलीत आणि सरकारकडून बेकारी भत्ता घेतलात तरी तुम्ही आत्तापेक्षा खूप जास्त चांगल्या राहू शकाल,'' मटिल्डा म्हणाली.

''मी असं कधीच करणार नाही,'' मिस हनी म्हणाली. ''कारण मला शिकवायला खूप आवडतं.''

''ही भयंकर मावशी...,'' मटिल्डा म्हणाली, ''ती अजून तुमच्या छान मोठ्या घरात राहत असेल ना?''

''हो! ती तर आत्ता फक्त पन्नासेक वर्षांची असेल. अजून तर खूप वर्षं ती तिथेच राहील.''

''आणि तुम्हाला काय वाटतं, तिला ते घर कायमचं मिळावं अशी तुमच्या बाबाची इच्छा असेल का?''

''माझी खात्री आहे की त्याची तशी इच्छा नक्कीच नसणार,'' मिस हनी म्हणाली. ''पालक बरेचदा आपल्या मुलाचा सांभाळ करणाऱ्या व्यक्तीला एका ठरावीक काळासाठीच घराचा हक्क देतात, पण जवळपास नेहमी ते घर त्या मुलाच्याच मालकीचं असतं. मूल मोठं झालं की मग ते त्याला मिळतं.''

‘‘म्हणजे नक्कीच ते तुमच्या मालकीचं घर आहे?’’ मटिल्डा म्हणाली.

‘‘माझ्या बाबाचं मृत्युपत्र कधी सापडलंच नाही,’’ मिस हनी म्हणाली. ‘‘कोणीतरी ते नष्ट केलं असावं असं दिसतंय.’’

‘‘कोणी केलं असेल ते तर उघडच आहे!’’ मटिल्डा म्हणाली.

‘‘हो, उघडच आहे,’’ मिस हनी म्हणाली.

‘‘पण मिस हनी, जर मृत्युपत्र नसेलच तर ते घर आपोआप तुम्हालाच मिळायला हवं ना. कारण तुमचंच सगळ्यात जवळचं नातं आहे.’’

‘‘हो, मला माहितेय,’’ मिस हनी म्हणाली. ‘‘पण माझ्या मावशीने कुठूनतरी एक कागद पैदा केला, जो म्हणे माझ्या बाबाने लिहिलेला होता. त्यात म्हणे त्याने म्हटलं होतं, की मला संभाळण्याच्या चांगुलपणाबद्दल ते घर तिच्या नावे करावं. ते बनावट कागदपत्र आहे याची मला खात्री आहे, पण कोणीच ते सिद्ध करू शकत नाही ना.’’

‘‘तुम्ही प्रयत्न तर करू शकता ना?’’ मटिल्डा म्हणाली. ‘‘तुम्ही चांगला वकील करा आणि लढा ना!’’

‘‘त्यासाठी लागणारे पैसे माझ्याकडे नाहीयेत,’’ मिस हनी म्हणाली. ‘‘आणि एक गोष्ट लक्षात घे... माझी मावशी समाजातली एक प्रतिष्ठित व्यक्ती आहे. तिचा बराच दबदबा आहे.’’

‘‘कोण आहे ही मावशी?’’ मटिल्डाने विचारलं.

मिस हनीने क्षणभर सांगावं की नाही असा विचार केला. मग ती हळूच म्हणाली, ‘‘मिस ट्रन्चबुल.’’

१८

नावं

''मिस ट्रन्चबुल!'' मटिल्डा ओरडली. ती ते नाव ऐकून उडालीच. ''म्हणजे ती तुमची मावशी आहे? तिने तुम्हाला वाढवलं?''

'हो,' मिस हनी म्हणाली.

''मग तुम्ही खूप घाबरलेल्या असायच्यात त्यात काय आश्चर्य!'' मटिल्डा ओरडली. ''परवा एकदा आम्ही पाहिलं की तिने एका मुलीच्या वेण्या धरून तिला उचललं आणि कुंपणावरून पलीकडे फेकून दिलं!''

''तू तर अजून काहीच बघितलं नाहीयेस,'' मिस हनी म्हणाली. ''माझा बाबा गेल्यानंतर, मी जेव्हा साडेपाच वर्षांची होते तेव्हा ती मला एकटीला टबमध्ये अंघोळ करायला लावायची. आणि ती आत आल्यावर जर तिला वाटलं की मी अंग नीट स्वच्छ केलं नाहीये तर ती माझं डोकं पाण्याखाली दाबून ठेवायची. पण ती काय काय करायची हे आता मला सांगायला लावू नकोस. त्याने आता आपल्याला काहीच उपयोग होणार नाहीये.''

''हं, बरोबर,'' मटिल्डा म्हणाली.

''आपण इथे तुझ्याबद्दल बोलायला आलो होतो आणि सगळा वेळ मी फक्त माझ्याविषयीच बडबड करत बसले!'' मिस हनी म्हणाली. ''आता मला वेड्यासारखंच वाटतंय. तू तुझ्या त्या अद्‌भुत डोळ्यांनी नक्की काय काय करू शकतेस त्यात मला खरं तर जास्त रस आहे.''

''मी वस्तू हलवू शकते,'' मटिल्डा म्हणाली. ''मला तेवढं माहितेय. आणि मी गोष्टी ढकलून पाडू शकते.''

''तू नक्की किती शक्तिशाली वस्तू हलवू किंवा ढकलू शकतेस हे पाहायला जर आपण अगदी सावधपणे काही प्रयोग केले तर तुला आवडेल का?'' मिस हनीने विचारलं.

आश्चर्याची गोष्ट म्हणजे मटिल्डा म्हणाली, ''मिस हनी, तुमची हरकत नसेल तर मला नाही करायचंय ते. मला आता घरी जायचंय आणि आत्ता ज्या काही गोष्टी ऐकल्या आहेत त्यावर खूप विचार करायचाय.''

मिस हनी ताबडतोब उठली. ''हो, हो,'' ती म्हणाली. ''मी तुझा खूपच वेळ घेतला. तुझ्या आईला तुझी काळजी वाटायला लागली असेल.''

''तिला कधीच काळजी वगैरे वाटत नाही,'' मटिल्डा हसून म्हणाली. ''पण मलाच आता घरी जावंसं वाटतंय. प्लीज... तुमची हरकत नसेल तर.''

''चल मग,'' मिस हनी म्हणाली. ''मी तुला पांचट चहा पाजला त्याबद्दल सॉरी.''

''नाही, अजिबात नाही. मला खूप आवडला चहा,'' मटिल्डा म्हणाली.

दोघी जणी काहीही न बोलता मटिल्डाच्या घरी निघाल्या. मटिल्डालाच बोलायची इच्छा नव्हती हे मिस हनीला जाणवलं. ती इतकी विचारात गुंग झाली होती की कुठे पाऊल टाकतेय याकडेही तिचं लक्ष नव्हतं. जेव्हा ते मटिल्डाच्या फाटकाशी पोहोचले तेव्हा मिस हनी म्हणाली, ''मी तुला दुपारी जे जे काही सांगितलं ते तू विसरून गेलीस तर बरं.''

''मी तसं काही वचन नाही देऊ शकत,'' मटिल्डा म्हणाली. ''पण मी त्याबद्दल कोणाला काही सांगणार नाही आणि तुमच्याशीही काही बोलणार नाही, एवढं नक्की.''

''हं, तेच शहाणपणाचं ठरेल,'' मिस हनी म्हणाली.

''पण मिस हनी, मी त्याबद्दल विचार करणार नाही असं नाही बरं का,'' मटिल्डा म्हणाली. ''तुमच्या घरून इथे पोहोचेपर्यंत मी खूप विचार करत होते. आणि मला वाटतं मला एक छोटीशी कल्पना सुचलीये.''

''नाही नाही,'' मिस हनी म्हणाली. ''तू काही करू नकोस. प्लीज, सगळं विसरून जा!''

''मी या विषयावर बोलणं बंद करायच्या आधी मला तुम्हाला तीन प्रश्न विचारायचे आहेत. मिस हनी, प्लीज तुम्ही त्यांची उत्तरं द्याल?'' मटिल्डा म्हणाली.

मिस हनी हसली. तिला वाटलं, या टिचभर मुलीने अचानक माझ्या सगळ्या अडचणींना किती अधिकारवाणीने स्वतःच्या हातात घेतलंय! किती असामान्य आहे हे. ''अं... प्रश्न काय आहेत त्यावर ते अवलंबून आहे,'' ती म्हणाली.

''पहिली गोष्ट म्हणजे, मिस ट्रन्चबुल घरी तुमच्या बाबाला कोणत्या नावाने हाक मारायची?'' मटिल्डाने विचारलं.

''ती त्याला मॅग्नस म्हणत असणार. माझ्या बाबाचं ते पहिलं नाव होतं,'' मिस हनी म्हणाली.

''आणि तुमचा बाबा मिस ट्रन्चबुलला कोणत्या नावाने हाक मारायचा?''

''तिचं नाव ॲगाथा आहे,'' मिस हनी उत्तरली. ''म्हणजे त्याच नावाने हाक मारत असणार.''

''आणि शेवटचा प्रश्न,'' मटिल्डा म्हणाली, ''घरी तुमचा बाबा आणि मिस ट्रन्चबुल तुम्हाला कोणत्या नावाने हाका मारायचे?''

''ते मला जेनी म्हणायचे,'' मिस हनी म्हणाली.

मटिल्डाने या उत्तरांवर काळजीपूर्वक विचार केला. ''मला नीट समजलंय ना ते एकदा बघा हं,'' ती म्हणाली. ''तुमच्या घरी तुमचा बाबा मॅग्नस, मिस ट्रन्चबुल म्हणजे ॲगाथा आणि तुम्ही जेनी होतात. बरोबर ना?''

''हो, बरोबर,'' मिस हनी म्हणाली.

''थँक्यू!'' मटिल्डा म्हणाली. ''आता मी पुन्हा या विषयावर काही बोलणार नाही.''

या मुलीच्या मनात नक्की काय चालू असेल, मिस हनीला वाटलं. ''काहीतरी वेडेपणा करायला जाऊ नकोस हं,'' ती म्हणाली.

मटिल्डा मोठ्याने हसली आणि घराकडे धावत गेली. दाराकडे जाता जाता ती ओरडली, ''अच्छा, मिस हनी! चहासाठी खूप खूप आभार!''

१९

सराव

मटिल्डा घरी पोहोचली तेव्हा नेहमीप्रमाणे घरात कोणीच नव्हतं. बाबा कामावरून परत आला नव्हता, आई बिंगो खेळून परतली नव्हती आणि तिचा भाऊ कुठेही असू शकत होता. ती थेट बैठकीच्या खोलीत गेली आणि तिचा बाबा सिगारची लहान पेटी ठेवायचा तो कपाटातला ड्रॉवर तिने उघडला. त्यातली एक सिगार तिने घेतली आणि आपल्या झोपायच्या खोलीत जाऊन दार बंद केलं.

''आता सराव,'' तिने स्वतःलाच सांगितलं. ''हे नक्कीच सोपं नसणारे, पण मी ते करून दाखवीनच!''

मिस हनीला मदत करायची तिची योजना आता तिच्या डोक्यात सुंदर आकार घेत होती. आता त्या योजनेचा जवळपास प्रत्येक तपशील तिच्या मनात पक्का झाला होता. पण शेवटी तिच्या डोळ्यांच्या शक्तीने तिला खास काहीतरी करता येणार की नाही यावरच त्या योजनेचं यश अवलंबून होतं. ते लगेचच करता येणार नाही हे तिला माहीत होतं, पण खूप सराव आणि कष्ट घेतले तर जमू शकेल असा तिला आत्मविश्वास वाटत होता. यातली सिगार महत्त्वाची होती. तिला हवी होती त्यापेक्षा ती जरा जाड होती खरी पण तिचं वजन मटिल्डाला हवं तितकंच होतं. सरावासाठी ती अगदी योग्य होती.

मटिल्डाच्या झोपायच्या खोलीत एक लहानसं आरसा असलेलं टेबल होतं. त्यावर तिचा कंगवा, केस विंचरायचा ब्रश आणि वाचनालयातली दोन पुस्तकं ठेवलेली होती. या सगळ्या वस्तू तिने एका बाजूला सारल्या आणि

टेबलाच्या मधोमध ती सिगार ठेवली. मग ती पलंगाच्या टोकावर जाऊन बसली. आता ती त्या सिगारपासून दहाएक फुटांवर होती.

पलंगावर नीट बसून घेत तिने लक्ष केंद्रित करायला सुरुवात केली. आणि या वेळी लगेचच तिला आपल्या डोक्यात वीज वाहत असल्याची जाणीव झाली. ती वीज तिच्या डोळ्यांच्या मागे गोळा होऊ लागली. तिचे डोळे खूप गरम झाले आणि लाखो छोटे छोटे अदृश्य हात डोळ्यांतून सटकन बाहेर निघून सिगारच्या दिशेने निघाले. 'हल!' ती कुजबुजली आणि आश्चर्य म्हणजे लगेचच ती मध्ये लाल आणि सोनेरी पट्टा असलेली सिगार गडगडत टेबलावरून खाली गालिचावर पडली.

मटिल्डाला मजा आली होती. हे करणं किती भारी होतं! असं वाटत होतं की तिच्या डोक्यात ठिणग्या उडत होत्या आणि त्या डोळ्यांतून बाहेर पडत होत्या. असं केल्याने तिला जी शक्तीची जाणीव झाली होती ती जणू स्वर्गीय होती. आणि या वेळी सगळं किती पटकन जमलं होतं! आणि किती सहजतेने!

तिने सिगार उचलून पुन्हा टेबलावर ठेवली.

''आता पुढचं जरा अवघड आहे,'' तिच्या मनात आलं. ''पण जर माझ्याकडे वस्तू ढकलायची शक्ती असेल तर नक्कीच ती उचलायचीसुद्धा असेल ना? वस्तू कशी उचलायची ते मला शिकलंच पाहिजे! तेच फार महत्त्वाचं आहे! ती वस्तू उचलून हवेत तशीच तरंगत ठेवणं मला जमवायलाच हवं. शेवटी सिगार काही फार जड वस्तू नाहीये.''

ती पुन्हा पलंगाच्या टोकाशी बसली आणि सराव करू लागली. डोळ्यांत शक्ती गोळा करणं आता काहीच कठीण नव्हतं. जणू मेंदूतला एक खटका दाबायचा अवकाश! ''उचल! वर उचल!'' ती कुजबुजली.

पहिल्यांदा ती सिगार गडगडत जाऊ लागली. पण मटिल्डाने शक्ती एकवटून लक्ष केंद्रित केल्यावर त्या सिगारचं एक टोक सावकाश टेबलावरून इंचभर उचललं गेलं. प्रचंड कष्टाने तिला ती सिगार दहाएक सेकंद तशीच ठेवता आली. मग ती पुन्हा खाली पडली.

'हुश्श!' ती धापा टाकत उद्‌गारली. ''जमतंय मला! मला जमायला सुरुवात झालीये!''

पुढचा तासभर मटिल्डा सराव करत होती. शेवटी केवळ तिच्या डोळ्यांच्या शक्तीने तिला ती अख्खी सिगार सहा इंच हवेत उचलून मिनिटभर तशीच तरंगत ठेवायला जमलं. मग अचानक ती इतकी दमली की पलंगावर पडली आणि तशीच झोपून गेली.

संध्याकाळी उशिरा तिच्या आईला ती तशीच झोपलेली सापडली.

''काय झालंय तुला? बरं नाहीये का?'' आईने विचारलं.

"अरे देवा!" मटिल्डा उठून बसत आजूबाजूला नजर फिरवत उद्गारली. "नाही, मी बरी आहे. मी जरा दमले होते, इतकंच."

त्या दिवसापासून रोज शाळा सुटल्यावर मटिल्डा आपल्या खोलीचं दार लावून सिगार घेऊन सराव करायची. आणि लवकरच तिला हवं होतं ते फारच चांगलं जमायला लागलं. सहा दिवसांनी, बुधवारी संध्याकाळी तिला सिगार हवेत उचलून हवी तशी हलवताही यायला लागली! हे फारच भारी होतं. "मला करता येतंय!" ती चीत्कारली. "मला खरंच जमतंय! मला केवळ माझ्या डोळ्यांच्या शक्तीने सिगार हवेत उचलून हवी तशी फिरवता आणि हलवता येतीये!"

आता फक्त तिची योजना प्रत्यक्षात आणणं बाकी होतं.

२०

तिसरा चमत्कार

दुसऱ्या दिवशी गुरुवार होता. मिस हनीच्या वर्गातल्या सगळ्यांना माहीत होतं की गुरुवार म्हणजे जेवणाच्या सुट्टीनंतरचा पहिला तास मुख्याध्यापिका घेणार.

मिस हनी सकाळी त्यांना म्हणाली, ''मागच्या वेळी मुख्याध्यापिका बाईंनी तास घेतला तेव्हा तुमच्यापैकी एकदोघा जणांना चांगलाच वाईट अनुभव आलाय. त्यामुळे आज जास्तच काळजी घ्या आणि हुशारीने वागा. एरिक, मिस ट्रन्चबुलच्या मागच्या भेटीनंतर आता तुझे कान कसे आहेत?''

''त्यांनी ताणले माझे कान,'' एरिक म्हणाला. ''आई म्हणाली ती ते नक्कीच आधीपेक्षा जास्त मोठे झालेत.''

''आणि रूपर्ट, मागच्या गुरुवारनंतर तुझे केस गळलेले दिसत नाहीयेत हे पाहून मला बरं वाटलं,'' मिस हनी म्हणाली.

''हो, पण माझं डोकं फारच दुखत होतं नंतर,'' रूपर्ट म्हणाला.

''आणि नायजेल,'' मिस हनी म्हणाली. ''आज मुख्याध्यापिका बाईंसमोर उगाच शहाणपणा करायला जाऊ नकोस. मागच्या वेळेला तू जरा जास्तच आगाऊपणा केलास.''

''मला त्या मुळीच आवडत नाहीत!'' नायजेल म्हणाला.

''हो, पण ते इतकं उघडपणे दाखवू नकोस,'' मिस हनी म्हणाली. ''कारण त्याने काही फायदा होणार नाही. त्या खूप शक्तिशाली आहेत. त्यांचे स्नायू जणू लोखंडी दोरांसारखे मजबूत आहेत.''

‘‘मी मोठा असायला हवा होतो,’’ नायजेल म्हणाला. ‘‘म्हणजे मी त्यांना अशी बुक्की मारून खालीच पाडलं असतं.’’

‘‘त्याबद्दल मला शंकाच आहे,’’ मिस हनी म्हणाली. ‘‘अजूनपर्यंत कोणालाही त्यांचं काही वाकडं करता आलेलं नाहीये.’’

‘‘आज त्या कशाची परीक्षा घेतील आमची?’’ एका लहानशा मुलीने विचारलं.

‘‘तीनचा पाढा विचारतील अशी मला खात्री आहे. कारण या आठवड्यात तुम्ही तो शिकणं अपेक्षित होतं. तुम्हाला सगळ्यांना येतोय ना याची खात्री करा,’’ मिस हनी म्हणाली.

जेवणाची सुट्टी झाली आणि संपलीही.

जेवणानंतर सगळी मुलं पुन्हा वर्गात आली. मिस हनी एका बाजूला उभी होती. सगळी मुलं अस्वस्थपणे शांत बसून होती. आणि मग साक्षात कर्दनकाळ समोर यावा तशी हिरवी पँट आणि सुती झगा घातलेली अवाढव्य ट्रन्चबुल मोठमोठ्या ढांगा टाकत खोलीत शिरली. तिने थेट जाऊन पाण्याचा जग उचलला आणि त्यात डोकावून पाहिलं.

ती म्हणाली, ‘‘माझ्या पाण्यात आज कोणताही घाणेरडा प्राणी नाहीये हे बघून बरं वाटलं. जर तसं झालं असतं, तर या वर्गातल्या प्रत्येकासोबत अत्यंत वाईट काहीतरी घडलं असतं. आणि यात तूसुद्धा आहेस, मिस हनी.’’

सगळा वर्ग तणावपूर्ण शांततेत बसून राहिला. आत्तापर्यंत त्यांना या वाघिणीबद्दल पुरेसा अनुभव मिळाला होता आणि कोणीच कसलाही धोका पत्करणार नव्हतं.

‘‘ठीकेय मग!’’ ट्रन्चबुल मोठ्याने म्हणाली. ‘‘तुम्हाला तीनचा पाढा किती नीट येतोय ते पाहू या. किंवा खरं तर मिस हनीने तीनचा पाढा किती वाईट शिकवलाय ते पाहू या.’’ पाय फाकवून, हात कमरेवर ठेवून ट्रन्चबुल वर्गासमोर उभी होती. ती आठ्या घालून मिस हनीकडे पाहत होती. मिस हनी काही न बोलता एका बाजूला उभी होती.

मटिल्डा आपल्या बाकावर अजिबात हालचाल न करता बसली होती. ती सगळ्याचं बारकाईने निरीक्षण करत होती.

'तू!' लाटण्याएवढं मोठ्ठं बोट विल्फ्रेड नावाच्या एका मुलाकडे दाखवत ट्रन्चबुल ओरडली. विल्फ्रेड पहिल्या ओळीत एका कोपऱ्यात बसला होता. ''तू रे! उभा राहा!'' ट्रन्चबुल कडाडली.

विल्फ्रेड उभा राहिला.

''तीनचा पाढा उलटा म्हणून दाखव!'' ट्रन्चबुल वसकन म्हणाली.

''उलटा?'' विल्फ्रेड चाचरत म्हणाला. ''पण मी उलटा पाढा शिकलो नाहीये.''

''बघितलं!'' ट्रन्चबुल विजयी मुद्रेने ओरडली. ''तिने तुम्हाला काहीच शिकवलं नाहीये! मिस हनी, मागचा अख्खा आठवडा तू त्यांना काहीच का शिकवलं नाहीयेस?''

''हे खरं नाहीये, मुख्याध्यापिका बाई,'' मिस हनी म्हणाली. ''सगळी मुलं तीनचा पाढा शिकलीयेत. पण पाढा उलटा शिकवण्याचा काही उपयोग नाहीये असं मला वाटतं. कोणतीही गोष्ट उलटी शिकवून काय फायदा? मुख्याध्यापिका बाई, आयुष्याचा संपूर्ण उद्देश पुढे जाणं हाच असतो. मी तुम्हालाच विचारू इच्छिते, की उदाहरणार्थ, तुम्ही 'रॉंग'सारख्या सोप्या शब्दाचं स्पेलिंग एका क्षणात उलटं सांगू शकता का? मला नाही वाटत जमेल असं.''

''माझ्याशी उद्धटासारखं बोलू नकोस, मिस हनी!'' ट्रन्चबुल फाडकन म्हणाली आणि मग तिने पुन्हा बिचाऱ्या विल्फ्रेडकडे मोर्चा वळवला. ''ठीकेय मुला,'' ती म्हणाली. ''मला याचं उत्तर दे मग. माझ्याकडे सात सफरचंद, सात संत्री आणि सात केळी आहेत. तर माझ्याकडे एकूण किती फळं आहेत? लवकर सांग! उत्तर दे पटकन!''

''ही तर बेरीज झाली!'' विल्फ्रेड ओरडला. ''हा काही तीनचा पाढा नाहीये!''

''अरे बिनडोक मुला!'' ट्रन्चबुल ओरडली. ''तू तर जणू पू भरलेला गळू आहेस! तू तर पिसवांनी भरलेल्या बुरशीसारखा आहेस! हा तीनचाच पाढा आहे! तुझ्याकडे तीन वेगवेगळ्या फळांचे वाटे आहेत आणि प्रत्येकात सात फळं आहेत. तीना साता एकवीस! तुला इतकं समजत नाही, तुंबलेल्या गटारा! मी तुला आणखी एक संधी देते. माझ्याकडे आठ नारळ, आठ भुईमुगाच्या शेंगा आणि आठ तुझ्यासारखी बिनडोक मुलं आहेत. तर माझ्याकडे एकूण किती आहेत? पटकन उत्तर दे!''

बिचारा विल्फ्रेड आता पारच गोंधळला होता. ''एक मिनिट! प्लीज थांबा!'' तो ओरडला. ''मला आठ नारळ आणि आठ भुईमुगाच्या शेंगांची बेरीज करावी लागेल...'' असं म्हणून तो बोटावर आकडे मोजू लागला.

''अरे गांडुळा!'' ट्रन्चबुल कडाडली. ''अरे घाणीत वळवळणाऱ्या किड्या! ही बेरीज नाहीये! हा गुणाकार आहे! तीना आठी किती ते सांग! का आठ त्रिक? तीना आठी आणि आठ त्रिक यांत काय फरक आहे ते सांग! सांग म्हटलं ना, रेम्याडोक्या! आणि थोबाडावर जरा हुशारी दिसू दे!''

विल्फ्रेड एव्हाना इतका घाबरला आणि गोंधळला होता की त्याला काही बोलताही येत नव्हतं.

दोन ढांगांतच ट्रन्चबुल त्याच्यापाशी गेली आणि जिम्नॅस्टिक किंवा जूदो किंवा कराटेतली काहीतरी चाल खेळून तिने आपल्या पावलाने विल्फ्रेडच्या पायांना मागून असा काही झटका दिला की तो वरच उडाला आणि हवेतल्या हवेत त्याने कोलांटी मारली. पण त्या कोलांटीत अर्ध्यातच ट्रन्चबुलने त्याचा घोटा पकडला आणि त्याला पिसं काढलेल्या कोंबडीसारखं उलटं लटकत ठेवलं.

मग ती त्याला इकडून तिकडे झोका दिल्यासारखं हलवत ओरडू लागली, ''आठ त्रिक आणि तीना आठा सारखंच असतं! तीना आठा चोवीस! म्हण माझ्या मागून!''

त्याच क्षणी खोलीच्या दुसऱ्या कोपऱ्यात बसलेला नायजेल उडी मारून उठला आणि फळ्याकडे बोट दाखवून उत्तेजित स्वरात किंचाळू लागला, ''तो खडू बघा! तो खडू! बघा, बघा! तो आपला आपणच हलतोय!''

नायजेल इतका कर्कशपणे आणि वेड्यासारखा ओरडायला लागला की ट्रन्चबुलसकट सगळेच्या सगळे फळ्याकडे पाहू लागले. आणि खरंच, एक नवीन लांब खडू काळ्या फळ्यापाशी तरंगत होता.

"तो खडू काहीतरी लिहितोय!" नायजेल किंचाळला. "तो खडू लिहितोय बघा!"

आणि खरोखरच तो खडू काहीतरी लिहीत होता.

''हे काय आहे तरी काय?'' ट्रन्चबुल ओरडली. कोणत्यातरी अदृश्य हाताने तिचं पहिलं नाव फळ्यावर लिहिलं जात असलेलं पाहून ती फारच घाबरली. तिने विल्फ्रेडला खाली जमिनीवर टाकून दिलं. मग कोणा एकाकडे न बघता ती असंच ओरडली, ''कोण करतंय हे? कोण लिहितंय?''

तो खडू लिहीतच राहिला.

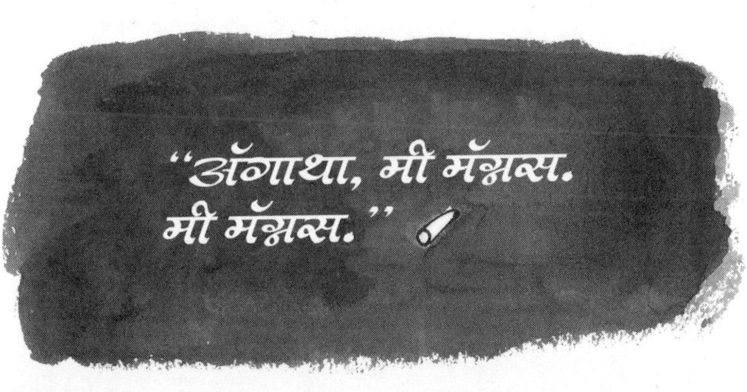

ट्रन्चबुलने धक्का बसून काढलेला उद्गार सगळ्या वर्गाला ऐकू गेला. 'नाहीऽऽ!' ती किंचाळली. ''असं नाही होऊ शकत! हा मॅग्नस असूच शकत नाही!''

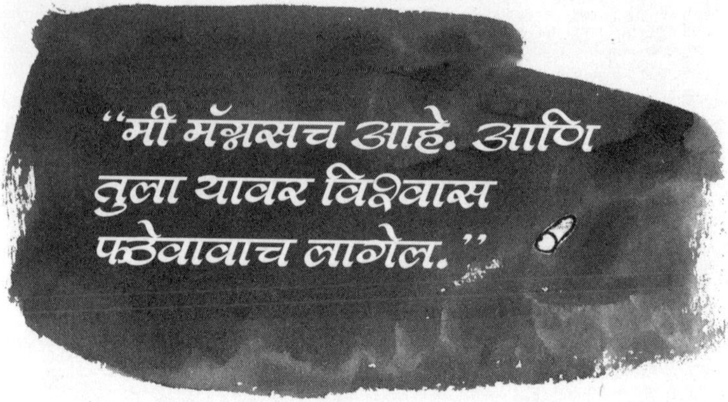

खोलीत दुसऱ्या टोकाला उभ्या असलेल्या मिस हनीने पटकन मटिल्डाकडे कटाक्ष टाकला. ती लहानशी मुलगी एकदम ताठ बसली होती. तिचं डोकं वर उचललेलं होतं आणि ओठ आवळलेले होते. तिचे डोळे दोन तारे असल्यागत चमकत होते.

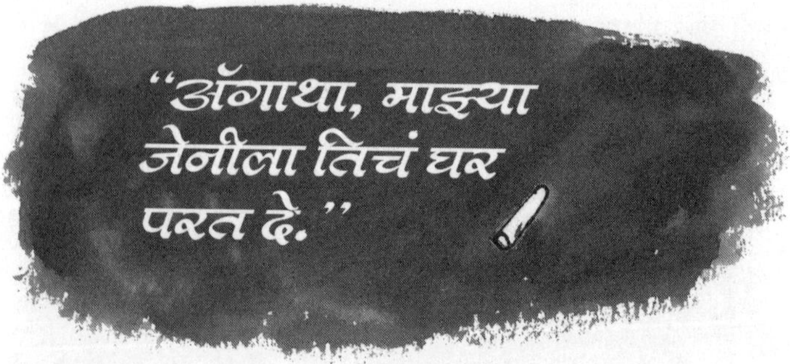

का कुणास ठाऊक, पण आता सगळी मुलं ट्रन्चबुलकडे पाहू लागली. त्या बाईचा चेहरा पांढराफटक पडला होता आणि पाण्याबाहेर काढलेल्या माशासारखं तिचं तोंड उघडमीट करत होतं. तिच्या घशातून चित्रविचित्र आवाज बाहेर पडत होते.

"माझ्या जेनीला तिचा पगार दे
माझ्या जेनीला तिचं घर दे
मग इथून निघून जा.
जर तू गेली नाहीस तर मी
तुझ्या मागे लागेन.
तू मला केलंस तसंच मी तुला
खलास करीन.
माझं तुझ्यावर बारीक लक्ष आहे,
ॲगाथा"

खडू लिहायचा थांबला. तो काही क्षण हवेत तरंगत राहिला आणि मग जमिनीवर पडून त्याचे दोन तुकडे झाले.

खाली पडलेला विल्फ्रेड एव्हाना उठून पहिल्या ओळीतल्या आपल्या बाकावर परत गेला होता. तो अचानक किंचाळला, ''मिस ट्रन्चबुल खाली पडल्या! मिस ट्रन्चबुल जमिनीवर पडल्यायत!''

ही सगळ्यात सनसनाटी बातमी होती. अख्खा वर्ग ते बघायला बाकांवरून उठला. आणि खरोखरच, मुख्याध्यापिकेची प्रचंड आकृती जमिनीवर उताणी पसरली होती!

मिस हनी पुढे धावली आणि आडव्या पडलेल्या त्या अवाढव्य बाईशेजारी गुडघ्यावर बसली. ''त्या बेशुद्ध पडल्यायत!'' मिस हनी ओरडली. ''पूर्ण गारद! जा, कोणीतरी पटकन जाऊन मेट्रनला बोलवून आणा.'' तीन मुलं वर्गाबाहेर पळाली.

कायमच कोणत्याही धाडसासाठी तयार असलेला नायजेल उडी मारून पुढे आला आणि त्याने पाण्याचा जग घेतला. ''कोणी बेशुद्ध पडलं असेल तर त्याला उठवायला गार पाणी सगळ्यात चांगलं, असं माझा बाबा म्हणतो!'' असं म्हणून त्याने त्या जगमधलं सगळं पाणी ट्रन्चबुलच्या डोक्यावर ओतलं. मिस हनीसकट कोणीच त्याला विरोध केला नाही.

मटिल्डा मात्र अजूनही तिच्या बाकावर स्तब्ध बसून होती. तिला एका वेगळ्याच आनंदाची अनुभूती होत होती. या जगाबाहेरचं, काहीतरी स्वर्गीय हाती गवसल्यासारखं तिला वाटत होतं. जणू स्वर्गाच्या टोकाला किंवा सगळ्यात दूरच्या ताऱ्याला ती हात लावून आली असावी. डोळ्यांत ती शक्ती गोळा होत असतानाची संवेदना तिला किती छान वाटली होती. जणू एखादा उबदार द्रवपदार्थ तिच्या मेंदूमध्ये वाहत होता. आणि तिचे डोळे कधीच झाले नव्हते इतके गरम झाले होते. मग जणू एखादा स्फोट व्हावा तशी ती शक्ती तिच्या डोळ्यांतून बाहेर आली होती आणि तो खडू उचलला जाऊन त्याने लिहायला सुरुवात केली होती. तिला जवळपास काहीच करायला लागलं नव्हतं, असंच तिला वाटत होतं. इतकं सगळं सहजतेने घडलं होतं.

शाळेतल्या मेट्रन आणि इतर तीन शिक्षिका आणि दोन शिक्षक धावत वर्गात आले.

''अरे व्वा! शेवटी एकदाचं कोणीतरी तिला चीत केलं वाटतं!'' एक शिक्षक हसत म्हणाला. ''अभिनंदन, मिस हनी!''

''पाणी कोणी ओतलं तिच्यावर?'' मेट्रनने विचारलं.

''मी,'' नायजेल अभिमानाने उत्तरला.

''चांगलं केलंस! आणखी पाणी आणू या का?'' दुसऱ्या एका शिक्षिकेने विचारलं.

''बास करा,'' मेट्रन म्हणाली. ''आपल्याला तिला सिक रूममध्ये न्यावं लागेल.''

पाचही शिक्षक आणि मेट्रन अशा सगळ्यांना मिळून त्या अवाढव्य बाईला उचलावं लागलं. ते कसेबसे हेलपाटत खोलीबाहेर गेले.

मिस हनी मुलांना म्हणाली, ''मला वाटतं पुढच्या तासापर्यंत तुम्ही सगळे मैदानात जाऊन खेळा.'' मग फळ्यापाशी जाऊन तिने लिहिलेलं सगळं काळजीपूर्वक पुसून टाकलं.

सगळी मुलं वर्गाबाहेर जायला लागली. मटिल्डाही त्यांच्या सोबत जाऊ लागली. पण मिस हनीजवळून जाताना ती थबकली आणि तिचे चमकणारे डोळे तिच्या शिक्षिकेच्या डोळ्यांना भिडले. त्याबरोबर मिस हनी धावतच पुढे झाली आणि तिने मटिल्डाला घट्ट मिठी मारून तिची पापी घेतली.

२१

नवं घर

मुख्याध्यापिका शुद्धीवर आली आणि मग ओठ आवळून, पांढऱ्याफटक चेहऱ्याने ती शाळेच्या इमारतीतून तरातरा बाहेर निघून गेली, अशी बातमी त्याच दिवशी नंतर शाळेत पसरली.

दुसऱ्या दिवशी सकाळी ती शाळेत उगवली नाही. जेवणाच्या वेळी उपमुख्याध्यापक मिस्टर ट्रिलबींनी तिच्या घरी तिच्या तब्येतीची चौकशी करायला फोन केला. पण कोणीच फोन उचलला नाही.

मग शाळा सुटल्यावर मिस्टर ट्रिलबींनी जरा आणखी खोलात जाऊन शोधायचं ठरवलं. ते गावाच्या सीमेजवळच्या, टेकड्यांमागच्या जंगलातल्या मिस ट्रन्चबुलच्या घरी म्हणजेच लाल विटांनी बांधलेल्या सुंदर, टुमदार 'रेड हाऊस' नावाच्या जॉर्जियन बंगल्याकडे चालत निघाले.

त्यांनी दारावरची घंटी वाजवली. काहीच उत्तर नाही.

त्यांनी जोरात दार ठोकलं. काहीच उत्तर नाही.

मग ते ओरडले, ''कोणी आहे का घरी?'' काहीच उत्तर नाही.

त्यांनी दार उघडायचा प्रयत्न केला तर चक्क ते नुसतं लोटलेलंच होतं. ते आत गेले.

घरात शांतता होती. तिथे कोणीच नव्हतं. आणि तरीही सगळं फर्निचर वगैरे जागच्या जागी होतं. मिस्टर ट्रिलबी वरच्या मजल्यावरच्या झोपायच्या खोलीत गेले. तिथेही सगळं नेहमीसारखंच जागच्या जागी होतं. मग त्यांनी कपाटं, टेबलांचे खण वगैरे उघडायला सुरुवात केल्यावर त्यांना दिसलं, की त्यातले कपडे, अंतर्वस्त्रं, बूटबीट सगळं गायब झालेलं होतं.

ती पळून गेलेली दिसतेय, असं मिस्टर ट्रिलबींनी स्वतःला सांगितलं आणि मग मुख्याध्यापिका बाई गायब झाल्या असल्याची माहिती शाळेच्या संचालकांना द्यायला ते निघाले.

दुसऱ्या दिवशी सकाळी मिस हनीला रजिस्टर पोस्टाने एका स्थानिक वकिलांच्या कार्यालयातून पत्र आलं. तिचे वडील डॉक्टर हनी यांचं शेवटचं मृत्युपत्र अचानक रहस्यमयरीत्या त्यांच्याकडे आल्याचं त्यांनी त्या पत्रात कळवलं होतं. त्या मृत्युपत्रानुसार तिच्या वडलांच्या मृत्यूनंतर मिस हनीच रेड हाउस नावाच्या त्या बंगल्याची खरी मालकीण होती, जिथे तोवर मिस ॲगाथा ट्रन्चबुल राहत होती. त्या मृत्युपत्रात हेही लिहिलं होतं, की तिच्या वडलांची आयुष्यभराची संपत्ती, जी सुदैवाने अजूनही बँकेत सुरक्षित होती, तीसुद्धा मिस हनीच्याच नावे करण्यात आलेली होती. वकिलाच्या पत्रात म्हटलेलं होतं, की मिस हनी यांनी लवकरात लवकर त्यांच्या कार्यालयात फोन करावा, म्हणजे शक्य तितक्या लवकर ते पैसे आणि ते घर त्यांच्या ताब्यात देता येईल.

मिस हनीने तेच केलं आणि दोन आठवड्यांत ती रेड हाउसमध्ये राहायला गेलीसुद्धा. इथेच तर ती लहानाची मोठी झाली होती आणि सुदैवाने तिच्या कुटुंबाचं फर्निचर आणि चित्रं वगैरे तशीच व्यवस्थित होती. त्यानंतर रोज संध्याकाळी मटिल्डा रेड हाउसमध्ये जायला लागली. ती लहानगी मुलगी आणि तिची शिक्षिका यांच्यात एक घट्ट मैत्रीचं सुंदर नातं तयार व्हायला लागलं.

शाळेतही मोठे बदल घडू लागले होते. मिस ट्रन्चबुल कायमची कुठेतरी निघून गेली आहे हे स्पष्ट झाल्यानंतर, मिस्टर ट्रिलबी या सद्गृहस्थाची मुख्याध्यापक म्हणून नेमणूक झाली. त्यानंतर लवकरच मटिल्डाला सगळ्याच वरच्या वर्गात बसायची परवानगी मिळाली. त्या वर्गाला शिकवणाऱ्या मिस प्लिमसोलना लगेचच लक्षात आलं की मिस हनीच्या म्हणण्याप्रमाणेच ही मुलगी प्रचंड हुशार आहे.

काही आठवड्यांनंतर, एका संध्याकाळी शाळा सुटल्यावर नेहमीप्रमाणे मटिल्डा मिस हनीसोबत रेड हाउसच्या स्वयंपाकघरात चहा पीत बसली होती. तेव्हा ती अचानक म्हणाली, ''मिस हनी, माझ्या बाबतीत काहीतरी विचित्र घडलं.''

''काय गं?'' मिस हनीने विचारलं.

मटिल्डा सांगू लागली, ''आज सकाळी मी गंमत म्हणून माझ्या डोळ्यांच्या शक्तीने काहीतरी हलवायचा प्रयत्न केला तर मला जमलंच नाही. काहीच हललं नाही. आणि माझ्या डोळ्यांच्या मागे मला गरमसुद्धा जाणवलं नाही. माझी शक्ती गेलीये. मला वाटतं, ती शक्ती पूर्णपणेच गेलीये.''

मिस हनीने काळजीपूर्वक कणकेच्या पावाच्या एका स्लाइसला लोणी आणि थोडा स्ट्रॉबेरी जॅम लावला. मग ती म्हणाली, ''असं काहीतरी घडेल असं मला वाटलं होतंच.''

''हो, खरंच? पण का?'' मटिल्डाने विचारलं.

'अं..,' मिस हनी म्हणाली, ''हा फक्त अंदाज आहे, पण मला जे वाटतं ते तुला सांगते हं. तू माझ्या वर्गात होतीस तेव्हा तुला फार काहीच करावं लागायचं नाही. कष्ट घेऊन, झगडावं लागेल असा काहीच अभ्यास नव्हता. त्यामुळे तुझा बुद्धिमान मेंदू अगदी हताश होऊन गेला असणार. तुझ्या डोक्याच्या आत तो वेड्यासारखा उकळत असणार. त्या मेंदूत प्रचंड ऊर्जा दाबलेली होती आणि तिला बाहेर पडायला काहीच मार्ग नव्हता. आणि या ना त्या प्रकारे झालं असं, की तुला ही ऊर्जा डोळ्यांतून बाहेर सोडता यायला लागली आणि वस्तू हलवता यायला लागल्या. पण आता परिस्थिती वेगळी आहे. तू सगळ्यात वरच्या वर्गात तुझ्या वयापेक्षा दुप्पट वयाच्या मुलांबरोबर स्पर्धा करतीयेस. त्यामुळे तुझ्या मेंदूची सगळी ऊर्जा वर्गात वापरली जातेय. तुझ्या मेंदूला पहिल्यांदाच झगडायला, धडपडायला, काहीतरी नवीन शिकायला आणि व्यस्त राहायला मिळू लागलंय, ही खूप चांगली गोष्ट आहे. हा माझा फक्त अंदाज आहे, हे लक्षात घे हं. कदाचित तो वेडेपणाचाही असेल, पण खरं तर मला नाही वाटत हा अंदाज फार चुकीचा असेल असं.''

''असं झालं ते बरंच झालं,'' मटिल्डा म्हणाली, ''मला चमत्कार करणारी मुलगी म्हणून सगळं आयुष्य नव्हतं जगायचं.''

''तू भरपूर केलंयस,'' मिस हनी म्हणाली. ''तू माझ्यासाठी हे सगळं घडवून आणलंस यावर माझा अजूनही कधीकधी विश्वास बसत नाही!''

मटिल्डा स्वयंपाकघरातल्या टेबलापाशी एका उंच स्टुलावर बसली होती. तिने सावकाश जॅम लावलेला पाव संपवला. मिस हनीसोबतचा हा दुपारचा वेळ तिला किती किती आवडायचा. तिच्या सोबत असताना तिला अगदी मोकळं आणि छान वाटायचं. त्या दोघी एकमेकींशी समसमान पातळीवर असल्यासारखं बोलायच्या.

मटिल्डा एकदम म्हणाली, ''तुम्हाला माहितेय, की उंदराचं हृदय एका मिनिटात साडेसहाशे वेळा धडधडतं?''

''मला नव्हतं माहीत,'' मिस हनी हसून म्हणाली. ''किती भारी माहिती! कुठे वाचलीस तू?''

''वाचनालयातल्या एका पुस्तकात,'' मटिल्डा म्हणाली, ''आणि याचा अर्थ ते इतकं वेगाने धडधडतं की आपल्याला वेगवेगळे ठोके ऐकूसुद्धा येत नाही. म्हणजे केवळ गुणगुणल्यासारखाच आवाज येतो.''

''हं,'' मिस हनी म्हणाली.

''हेजहॉगचं हृदय किती जोरात धडधडत असेल, सांगा?'' मटिल्डाने विचारलं.

''तूच सांग,'' मिस हनी हसत म्हणाली.

''उंदराइतकं जोरात नाही,'' मटिल्डा म्हणाली. ''एका मिनिटात तीनशे वेळा. पण इतकी हळूहळू हालचाल करणाऱ्या प्राण्याचं हृदय इतकं जोरात धडधडत असेल असं आपल्याला वाटणारच नाही, हो ना, मिस हनी?''

''अगदी खरंच,'' मिस हनी म्हणाली. ''आणखी काहीतरी सांग ना.''

मटिल्डा म्हणाली, ''घोड्याचं हृदय हळू धडधडतं. एका मिनिटात फक्त चाळीस वेळा.''

मिस हनी मनात म्हणाली, ''या मुलीला सगळ्याच विषयांमध्ये किती रस आहे! हिच्या बरोबर असताना कधीच कंटाळा येत नाही. मला फारच आवडतं तिच्या सोबत.''

दोघी जणी तासभर स्वयंपाकघरात गप्पा मारत बसल्या आणि मग सहाच्या सुमारास, मटिल्डा तिला 'गुडनाइट' म्हणून घरी जायला निघाली. तिचं घर चालत गेलं तर आठेक मिनिटांच्या अंतरावर होतं. ती तिच्या घराच्या फाटकात आली, तेव्हा तिला एक मोठी मर्सिडीज गाडी बाहेर उभी दिसली. तिने गाडीकडे फार लक्ष दिलं नाही. कारण तिच्या बाबाच्या

घराबाहेर अशा अनोळखी गाड्या बरेचदा उभ्या असायच्या. पण ती घरात शिरली तेव्हा तिला संपूर्ण गोंधळाचं दृश्य दिसलं. बैठकीच्या खोलीत तिचे आईबाबा वेड्यासारखे घाईघाईने कपडे आणि इतर वस्तू सूटकेसेसमध्ये कोंबत होते.

''हे काय चाललंय काय?'' मटिल्डा ओरडली. ''बाबा, हे काय चाललंय?''

''आपण चाललोय,'' मिस्टर वर्मवुड वरही न बघता म्हणाला. ''आपण अर्ध्या तासात विमानतळावर पोहोचतोय. त्यामुळे तू तुझं सामान लवकर भर. तुझा भाऊ वरच्या मजल्यावर आहे. तो तयारसुद्धा झालाय. आटप लवकर, मुली! चल जा!''

''चाललोय? कुठे?'' मटिल्डाने ओरडून विचारलं.

''स्पेन,'' बाबा म्हणाला. ''या घाणेरड्या गावापेक्षा तिथलं हवामान खूप चांगलं आहे.''

''स्पेन?'' मटिल्डा किंचाळली. ''मला नाही जायचंय स्पेनला! मला इथेच आवडतं आणि मला माझी शाळासुद्धा आवडते!''

''वाद घालू नकोस आणि सांगितलंय तेवढं कर!'' बाबा वसकला. ''आधीच माझ्या डोक्याला बराच ताप आहे, त्यात तू आणखी त्रास देऊ नकोस!''

''पण, बाबा...'' मटिल्डा काहीतरी बोलू लागली.

''गप्प बस!'' बाबा ओरडला. ''आपण तीस मिनिटांत निघतोय! मी अजिबात विमान चुकू देणार नाही!''

''पण बाबा, किती दिवसांसाठी जातोय आपण?'' मटिल्डा ओरडली. ''परत कधी येणार?''

''परत येणारच नाही आहोत,'' बाबा म्हणाला. ''आता चल जा! मी कामात आहे!''

मटिल्डा उघड्या दारातून बाहेर आली. रस्त्यात आल्यावर ती धावायला लागली. ती सरळ मिस हनीच्या घरी परत गेली. चार मिनिटांच्या आत ती तिथे पोहोचली. ती पटकन फाटकातून आत धावली आणि तेवढ्यात तिला गुलांबाच्या ताटव्यात मिस हनी कात्री घेऊन काहीतरी करताना दिसली. खडीवरून पळणाऱ्या मटिल्डाच्या पायांचा आवाज मिस हनीला आलाच

होता. ती उठली आणि ताटव्यातून बाहेर आली. तोवर मटिल्डा पळत पळत तिच्यापाशी पोचली.

''बाप रे! काय झालं काय?'' मिस हनीने विचारलं.

मटिल्डा धापा टाकत तिच्या समोर उभी राहिली. तिचा चेहरा लालेलाल झाला होता.

''ते चाललेत!'' ती ओरडली. ''सगळ्यांना वेड लागलंय आणि ते सूटकेसेस भरतायत आणि अर्ध्या तासात ते स्पेनला जायला निघतायत!''

'कोण?' मिस हनीने शांतपणे विचारलं.

''आई आणि बाबा व माझा भाऊ माइक, आणि ते म्हणतायत की मलाही त्यांच्या सोबत जावं लागेल!''

''म्हणजे सुट्टीसाठी का?'' मिस हनीने विचारलं.

''कायमचं!'' मटिल्डा ओरडली. ''बाबा म्हणाला की आम्ही कध्धीच परत येणार नाही आहोत!''

काही क्षण शांतता पसरली. मग मिस हनी म्हणाली, ''खरं सांगायचं तर मला फार आश्चर्य नाही वाटलं.''

''म्हणजे तुम्हाला माहीत होतं की ते जाणारेत?'' मटिल्डा ओरडली. ''तुम्ही मला सांगितलं का नाही?''

''नाही गं बाळा,'' मिस हनी म्हणाली. ''ते जातायत हे मला माहीत नव्हतं. पण तरीही मला ही बातमी ऐकून आश्चर्य नाही वाटलं.''

'का?' मटिल्डाने विचारलं. ''प्लीज, मला सांगा.'' धावल्यामुळे ती अजूनही धापा टाकत होती, आणि या बातमीच्या धक्क्यातून सावरली नव्हती.

मिस हनी म्हणाली, ''कारण तुझा बाबा काही लबाड लोकांसोबत काम करतो. गावातल्या सगळ्या लोकांना हे माहीत आहे. मला वाटतं त्याला देशभरातून चोरलेल्या गाड्या पुरवल्या जातात. यात तो खोलवर गुंतलेला आहे.''

मटिल्डा 'आ' वासून तिच्याकडे बघतच राहिली.

मिस हनी पुढे सांगू लागली, ''लोक चोरलेल्या गाड्या तुझ्या बाबाच्या गॅरेजमध्ये आणायचे. मग तुझा बाबा त्यांच्या नंबरप्लेट बदलायचा आणि वेगळ्या रंगाने गाड्या रंगवायचा आणि बाकीही काय काय करत असावा. कदाचित त्याच्याबद्दल कोणीतरी पोलिसांना खबर दिली असणार. म्हणून आता पोलीस त्याच्या मागे असणार. असं झाल्यावर लोक जे करतात तेच तोही करतोय... म्हणजे स्पेनला पळून चाललाय, जिथे पोलीस त्याचं काहीही वाकडं करू शकत नाहीत. कदाचित अनेक वर्षांपासून तो आपले पैसे तिथे पाठवत असणार, म्हणजे तो जाईल तेव्हा तिथे सगळं तयारच असेल.''

विटलेल्या लाल विटांच्या आणि उंच चिमणी असलेल्या त्या सुंदर घरासमोरच्या हिरवळीवर त्या दोघी उभ्या होत्या. मिस हनीच्या एका हातात अजूनही कात्री होती. ती एक उबदार सोनेरी संध्याकाळ होती आणि एक ब्लॅकबर्ड कुठेतरी शीळ वाजवत होता.

''मला नाही त्यांच्या बरोबर जायचं!'' अचानक मटिल्डा ओरडली. ''मी नाही जाणार त्यांच्या सोबत!''

''पण तुला जावंच लागेल गं,'' मिस हनी म्हणाली.

''मला तुमच्या सोबत इथे राहायचंय,'' मटिल्डा मोठ्याने म्हणाली. ''प्लीज, मला राहू द्या ना तुमच्या सोबत!''

''तुला इथे राहता आलं तर मला आवडेलच,'' मिस हनी म्हणाली. ''पण ते शक्य नाहीये गं. तुझी इच्छा आहे म्हणून फक्त तू तुझ्या आईबाबांना सोडू शकत नाहीस. तुला सोबत नेण्याचा त्यांना हक्कच आहे.''

''पण जर ते तयार झाले तर?'' मटिल्डाने उतावीळपणे विचारलं. ''जर ते हो म्हणाले तर? तर मी राहू तुमच्या सोबत? तसं झालं तर तुम्ही मला तुमच्या सोबत राहू द्याल का?''

मिस हनी हळुवारपणे म्हणाली, ''हो, माझ्यासाठी तर ते स्वर्गसुखच असेल.''

"हं, मग मला वाटतं ते तयार होतील!" मटिल्डा ओरडली. "मला खरंच वाटतं ते तयार होतील! खरं तर त्यांना माझ्याबद्दल काडीचंही काही वाटत नाही!"

"अगं, जरा दम धर!" मिस हनी म्हणाली.

"आपल्याला पटकनच जायला लागेल!" मटिल्डा ओरडली. "ते कुठल्याही क्षणी निघतील! चला!" धापा टाकत तिने मिस हनीचा हात धरला. "प्लीज, माझ्या सोबत या आणि त्यांना विचारा! पण आपल्याला घाई करावी लागेल! पळतच जावं लागेल!"

पुढच्याच क्षणी दोघी एकत्रच धावत निघाल्या आणि रस्त्यावर आल्या. मटिल्डा पुढे होती. ती मिस हनीचं मनगट धरून तिला ओढत होती. गावातल्या त्या रस्त्याने त्या दोघी मस्तपैकी पळत निघाल्या आणि मटिल्डाच्या आईबाबाच्या घरी पोहोचल्या. त्या धावत आल्या तेव्हाही ती मोठी मर्सिडीज बाहेर थांबलेली होती. पण आता तिची डिक्की आणि दारं उघडी होती. मिस्टर आणि मिसेस वर्मवुड आणि मटिल्डाचा भाऊ मुंग्यांसारखे तुरूतुरू पळत त्यात सूटकेसेस भरत होते.

"बाबा! आई!" मटिल्डा धापा टाकत एकदम म्हणाली. "मला तुमच्या सोबत नाही यायचंय! मला इथेच थांबायचंय आणि मिस हनीसोबत राहायचंय आणि त्या म्हणतायत की मी राहू शकते, पण जर तुम्ही परवानगी दिलीत तरच! प्लीज, हो म्हणा ना! बाबा, प्लीज, हो म्हण! आई, हो म्हण ना!"

बाबाने वळून मिस हनीकडे पाहिलं. "तू एकदा मला भेटायला इथे आली होतीस तीच शिक्षिका आहेस ना?" त्याने विचारलं. मग तो पुन्हा गाडीत सूटकेसेस भरायला लागला.

त्याची बायको त्याला म्हणाली, "ही मागच्या सीटवर ठेवावी लागेल. आता डिक्कीत जागा नाहीये."

"मला मटिल्डासोबत राहायला खूप आवडेल," मिस हनी म्हणाली. "मी अगदी प्रेमाने तिचा सांभाळ करीन, मिस्टर वर्मवुड. आणि मी तिचा सगळा खर्च करीन. तुम्हाला एक पेनीही खर्च करावी लागणार नाही. पण ही माझी कल्पना नाहीये हं. मटिल्डाची आहे. तुमच्या पूर्ण आणि मनापासून दिलेल्या सहमतीशिवाय मी तिला सोबत नेणार नाही.""चल, हॅरी!" मागच्या सीटवर एक सूटकेस कोंबत आई म्हणाली. "जर तिला जायचं असेल तर आपण का नाही जाऊ द्यायचं? तेवढंच सांभाळायला एक कमी!"

"मी घाईत आहे," बाबा म्हणाला. "मला विमान पकडायचंय. तिला तुमच्या सोबत राहायचं असेल तर राहू दे. माझी काही हरकत नाही."

मटिल्डाने मिस हनीच्या कडेवर उडी मारून तिला मिठीच मारली. मिस हनीनेही तिला मिठी मारली. मग आई, बाबा आणि तिचा भाऊ गाडीत बसले आणि टायरचा कचकचून आवाज करत गाडी वळून जायलाही लागली. मागच्या खिडकीतून तिच्या भावाने मटिल्डाला हात हलवून निरोप दिला, पण इतर दोघांनी मागे वळून पाहिलंही नाही. मिस हनीने अजूनही त्या चिमुकल्या मुलीला मिठी मारलेली होती. त्या दोघी काहीही न बोलता त्या भल्यामोठ्या काळ्या गाडीला बघत राहिल्या. काही क्षणांतच ती गाडी कोपऱ्यावरून वळून दूर जात दिसेनाशी झाली.

लेखक परिचय

रोल्ड डाल यांचा जन्म १३ सप्टेंबर १९१६ या दिवशी झाला. ते सुप्रसिद्ध ब्रिटिश कादंबरीकार होते. ते मूळचे नॉर्वेचे होते. जगभरात त्यांच्या पुस्तकांच्या २५ कोटींहून अधिक प्रती विकल्या गेल्या आहेत. विसाव्या शतकातल्या सर्वांत महान कथाकारांपैकी डाल एक समजले जातात. वेल्समधल्या एका संपन्न नॉर्वेजियन कुटुंबात त्यांचा जन्म झाला. त्यांच्या आयुष्याचा बराचसा काळ त्यांनी इंग्लंडमध्येच व्यतीत केला. दुसऱ्या महायुद्धादरम्यान त्यांनी रॉयल एअर फोर्समध्ये काम केलं. ते लढाऊ विमानांचे पायलट होते आणि नंतर हेर म्हणूनही त्यांनी काम केलं. साहित्यातल्या बहुमूल्य योगदानासाठी त्यांना अनेक पुरस्कारांनी सन्मानित करण्यात आलं आहे. यामध्ये १९८३ सालचा वर्ल्ड फँटसी अॅवॉर्ड फॉर लाइफटाइम अचीव्हमेंट आणि ब्रिटिश बुक अॅवॉर्ड असे अनेक पुरस्कार आहेत.

आपलं चरित्र लिहिणाऱ्या डॉनल्ड स्टुरक या लेखकाला रोल्ड डाल म्हणाले होते, ''मुलांच्या नजरेतून जग बघणं मला फार सोपं वाटतं आणि कदाचित याच कारणामुळे मला मुलांसाठी चांगल्या प्रकारे गोष्टी लिहिता येतात.''

डाल यांना ग्रामोफोन आणि सीडी यावर संगीत ऐकणं आवडायचं. सहा फूट पाच इंच उंची आणि मणक्याच्या झालेल्या शस्त्रक्रिया यांमुळे त्यांना सलग ब३३३राच वेळ बसणं कठीण जायचं.

जर रोल्ड डाल यांच्या वंशावळीविषयी जाणून घेतलं, तर अनेक रंजक गोष्टी समोर येतात. १८२२ साली ग्रू या नॉर्वेजियन गावातल्या चर्चला अचानक आग लागली. या दुर्घटनेत शंभरहून अधिक लोक मृत्यू पावले. केवळ काही मोजके लोक यातून वाचले, ज्यात पाद्री आयवर हेसलबर्ग हेही

होते. त्यांची पत्नी नॉर्वेजियन नौसेना वीर पीटर वेसेल यांची वंशज होती. त्यांचा नातू कार्ल लॉरित्स याने ॲलिस वॉलेस हिच्याशी विवाह केला, जी स्कॉटिश जमीनदार आणि विद्रोही विल्यम वॉलेसची वंशज होती. यांची मुलगी सोफिया मॅग्डालेनचा मुलगा म्हणजे रोल्ड डाल.

डाल यांनी लिहिलेल्या कथांवर त्यांच्या स्वतःच्या अनुभवांचा मोठा प्रभाव होता. त्यांच्या वडिलांचा मृत्यू झाला, तेव्हा ते केवळ तीन वर्षांचे होते. सेंट पीटर आणि रॅप्टन बोर्डिंग स्कूलमध्ये त्यांनी स्वतः कितीतरी वेळा मार खाल्ला. कदाचित, या अनुभवांवरून आणि कटू आठवणींवरून त्यांनी ट्रन्चबुलसारखी पात्रं साकारली असतील.

जुलै, १९३४मध्ये डाल यांनी शेल पेट्रोलियम या कंपनीत काम करणं सुरू केलं. यूकेमध्ये दोन वर्षं प्रशिक्षण घेतल्यानंतर त्यांना मोम्बासा, केनिया, तांगानिका, दार अस सलाम (आता टांझानियाचा भाग) या ब्रिटिश वसाहतींच्या ठिकाणी पाठवण्यात आलं.

अमेरिकेमध्ये ते प्रसिद्ध ब्रिटिश कादंबरीकार सीएस फॉरेस्टर यांना भेटले. रोल्ड डाल यांच्या सैन्यातील अनुभवावर कथा लिहायला फॉरेस्टर उत्सुक होते. त्यांनी डाल यांना आरएएफचे काही अनुभव लिहायला सांगितले, ज्यावरून ते नंतर एक कथा रचणार होते. मात्र डाल यांनी ते जसे लिहिले तसेच्या तसे छापायचा निर्णय फॉरेस्टर यांनी घेतला. डाल यांनी अमेरिकन अभिनेत्री पॅट्रिशिया नील (द फाउंटन हेडसारख्या यशस्वी चित्रपटांची नायिका) हिच्याशी विवाह केला. त्यांचं लग्न तीस वर्षं टिकलं आणि त्यांना पाच मुलं झाली. १९८३मध्ये डाल यांनी फेलिसिटी द अब्रू क्रॉसलँड हिच्याशी विवाह केला. रोल्ड डाल यांना जीवनात अनेक आव्हानांचा सामना करावा लागला. न्यू यॉर्कमध्ये डाल यांचा मुलगा थिओ डाल याच्या लहानशा खेळायच्या गाडीला एका टॅक्सीचालकाने ठोकर मारली. यात त्यांचा मुलगा गंभीर जखमी झाला. त्याच्या मेंदूला अंतर्गत भागात इजा झाली. त्याच्याकरता रोल्ड डाल यांनी वेड-डाल-टिल वॉल्व बनवला, ज्याच्या उपयोगाने त्यांच्या मुलाच्या स्थितीत थोडी सुधारणा होऊ शकली. वेड-डाल-टिल वॉल्वमुळे जवळपास ३००० मुलांना या गंभीर स्थितीत मदत मिळाली आहे.

१९९० साली कॅन्सरमुळे रोल्ड डाल यांचा मृत्यू झाला.

त्यांच्या इतर प्रसिद्ध पुस्तकांपैकी काही नावं म्हणजे चार्ली अँण्ड द चॉकलेट फॅक्टरी, बीएफजी इत्यादी. यांवर चित्रपटही बनले आहेत. २०१६मध्ये रोल्ड डाल यांच्या जन्मशताब्दीनिमित्ताने ऑक्सफर्ड इंग्लिश डिक्शनरीने डाल यांनी स्वतः बनवलेले आणि वापरलेले सहा शब्द आपल्या शब्दसूचीत समाविष्ट केले. हे सहा शब्द म्हणजे –

Scrumdiddlyumptious
Witching hour
Human bean
Oompa Loompa
Dahlesque
Golden ticket

अनुवादक परिचय

रमा हर्डीकर-सखदेव यांना अनुवाद, चित्रकला आणि लेखन-वाचन या विषयांत रुची आहे. त्यांनी माधुरी पुरंदरे लिखित मराठी पुस्तकांचा इंग्रजीत अनुवाद केला आहे *सिल्व्हर स्टार, ऑन दॅट डे, राधाज फॅमिली.* तसंच रस्किन बाँड यांच्या कथांचा अनुवादही त्यांच्या नावावर जमा आहे. *लोन फॉक्स डान्सिंग* या रस्किन बाँड यांच्या आत्मचरित्राचा *आत्मरंगी* हा त्यांनी केलेला अनुवाद मंजुल पब्लिशिंग हाउसतर्फे प्रकाशित झाला आहे. त्यांना मराठी, इंग्रजी आणि फ्रेंच भाषांत रस असून, त्यातले ललित साहित्य अनुवादित करायला आवडते. याशिवाय त्यांना लहान मुलांसाठी चित्रमय गोष्टींच्या पुस्तकांची निर्मिती करण्यातही रस आहे.